மேடையில் பேசலாம் வாருங்கள்

D1679986

அறந்தை நாராயணன்

நியூ செஞ்சுரி புக் ஹவுஸ் (பி) லிட்.,
41-பி, சிட்கோ இண்டஸ்டிரியல் எஸ்டேட்,
அம்பத்தூர், சென்னை- 600 050.
☎: 044 - 26251968, 26258410, 48601884

Language : Tamil

Medaiyil Pesalam Vaarungal

Author: **Arandhai Narayanan**

First Edition: February, 1994

Twelfth Edition: November, 2017

Revised Thirteenth Edition: June, 2023

Copyright: Publisher

No. of pages: 88

Publisher:

New Century Book House Pvt. Ltd.,

41-B, SIDCO Industrial Estate,

Ambattur, Chennai - 600 050.

Tamilnadu State, India.

email: info@ncbh.in

Online: www.ncbhpublisher.in

ISBN: 978 - 81 - 2340 - 214 - 7

Code No. A 690

₹ 120/-

Branches

Ambattur 044 - 26359906 **Spenzer Plaza (Chennai)** 044-28490027
Trichy 0431-2700885 **Pudukkottai** 04322- 227773 **Thanjavur** 04362-231371
Tirunelveli 0462-4210990, 2323990 **Madurai** 0452 2344106, 4374106
Dindigul 0451-2432172 **Coimbatore** 0422-2380554 **Erode** 0424-2256667
Salem 0427-2450817 **Hosur** 04344-245726 **Krishnagiri** 04343-234387
Ooty 0423 2441743 **Vellore** 0416-2234495 **Villupuram** 04146-227800
Pondicherry 0413-2280101 **Nagercoil** 04652-234990

மேடையில் பேசலாம் வாருங்கள்

ஆசிரியர் : **அறந்தை நாராயணன்**

முதல் பதிப்பு: பிப்ரவரி, 1994

பனிரெண்டாம் பதிப்பு: நவம்பர், 2017

திருத்திய பதிமூன்றாம் பதிப்பு: ஜுன், 2023

அச்சிட்டோர்: **பாவை பிரிண்டர்ஸ் (பி) லிட்.,**

16 (142), ஜானி ஜான் கான் சாலை, இராயப்பேட்டை, சென்னை - 14

☎: 044-28482441

All rights reserved. No part of this book may be reprinted or reproduced or utilised in any form or by any electronic, mechanical, or other means, now known or hereafter invented, including photocopying and recording, or in any information storage or retrieval system, without permission in writing from the publishers.

முன்னுரை

'இளைஞர் தளபதி' சி. மகேந்திரன்

இடதுசாரி இயக்க இளைஞர்களுக்கு இது வித்தியாசமான புத்தகம்.

"மேடையில் பேசலாம் வாருங்கள்"

மேடையில் பேசுவது பற்றி ஒரு கையேடா?

அதுவும் இடதுசாரி இளைஞர்களுக்காக?

- அவர்களுக்கு அரசியல் வகுப்புகள் நடக்கின்றன.

தத்துவார்த்த வகுப்புகள் நடக்கின்றன.

கிளர்ச்சிப் பிரச்சார வகுப்புகள் நடக்கின்றன.

இவற்றோடு 'மேடையில் பேசுவது பற்றி ஒரு புத்தகம் அவசியம் தானா?' என்று கேட்கத் தோன்றும்! இந்தக் கேள்விகளுக்கு ஒரே பதில்தான்.

நான் கல்லூரியில் பயின்றுகொண்டிருந்தபோது, இளைஞராக இருந்த ஒருவரின் பொதுக்கூட்டங்களுக்கு விரும்பிப் போவேன். என்னைப் போல பலர்.

மெஸ்மரிஸம் செய்து கூட்டங்களில் பேசுகிறாரா?

வியந்து போவேன்.

கூட்டத்தில் தென்றல் வீசும்; புயலடிக்கும்; நாடகம் நடக்கும்.

இவரால் மட்டும் இவ்வாறு எப்படிப் பேச முடிகிறது?

கூட்டத்திலுள்ள எல்லோரும் வியந்து போவார்கள்.

அன்றைய அந்த இளைஞரின் பெயர் -

அறந்தை நாராயணன்!

இன்றைய இளைஞர்களுக்காக மேடையில் பேசுவது பற்றி ஒரு கையேடு வெளியிட வேண்டும் என்று தீர்மானித்த உடனேயே என் நினைவில் நிழலாடிய பெயர் - அறந்தை நாராயணன்!

எனது தீர்மானம் சரிதானா? புத்தகத்தைப் படித்துவிட்டு தீர்ப்புச் சொல்லுங்கள்!

இளைஞர்கள் காசு கொடுத்து வாங்கிப் படியுங்கள் என்று மட்டுமே முன்னுரையில் கேட்டுக் கொள்கின்றேன்.

கட்சிப் பிரசுரங்களைக் காசு கொடுத்து வாங்கிப் படிப்பது, கட்சி வாழ்வின் அடிப்படை ஒழுக்கமாகும்.

— சி. மகேந்திரன்

செஞ்சேனைக் கமாண்டர்களுடன்
படைவீரர்களைப் பார்வையிட்டு விட்டு
லெனின், ஏணிப்படிகள் வழியே
லாரிமேல் ஏறி நின்று கொண்டார்.
அவர் கண்களுக்கு முன்னே
மக்கள் கடல் பரந்திருந்தது.
லெனின் பேசத் தொடங்கினார்.

"முன்பெல்லாம் ஜார் மன்னனையும்
முதலாளியவாதிகளையும்
காப்பாற்றுவதற்குப் படைவீரர்கள்
பயிற்றுவிக்கப்பட்டார்கள். இப்போதோ
செஞ்சேனை வீரர்கள் தங்களையும்
தங்கள் வீடுகளையும்
குழந்தைகளையும் காத்துப் போராடு
கிறார்கள், அவர்கள் தங்கள்
அரசை, நிலப் பிரபுக்களிடமிருந்தும்
முதலாளியவாதிகளிடமிருந்தும்
காத்துப் போராடுகிறார்கள்!

மேடையில்
பேசலாம்
வாருங்கள்

முதல் பாகம்

பேச்சுத் தயாரிப்பு

உபதேசங்கள்! பிரசங்கங்கள்! பிரகடனங்கள்!

அர்ஜுனனை நோக்கி, "பார்த்தா! துயர்ப் படத்தகாதார் பொருட்டுத் துயர்ப்படுகின்றாய்! ஞான உரைகளும் கூறுகின்றாய்! இறந்தார்க்கேனும் இருந்தார்க்கேனும் துயர் கொள்ளார் அறிஞர்! இதன் முன் எக்காலத்திலும் நான் இல்லாதிருந்திலேன். நீயும் இங்குள்ள வேந்தர் யாவரும் அப்படியே! இனி, நாம் என்றைக்கும் இல்லாமற் போகவும் மாட்டோம். ஆத்மாவுக்கு இவ்வுடலில் எங்ஙனம் பிள்ளைப் பிராயமும், இளமையும் மூப்பும் தோன்றுகின்றனவோ, அங்ஙனமே மற்றொரு சரீரப் பிறப்பும் தோன்றுகிறது! வீரன் அதில் கலங்க மாட்டான். குந்தியின் மகனே! குளிரையும் வெப்பத்தையும், இன்பத் தையும் துன்பத்தையும் தரும் இயற்கையின் தீண்டுதல்கள் தோன்றி மறையும் இயல்புடையன; என்றும் இருப்பனவல்ல! பார்த்தா, அவற்றைப் பொறுத்துக்கொள்!" என்று குருட்சேத்திரப் போர்க் களத்தின் நடுவே கண்ணன் சொற்பொழிவாற்றினான். அதுவே, கீதோபதேசம் என்னும் 'பகவத் கீதை.'

■■■

அவர், திரளான மக்களைக் கண்டதும் மலையின் மேல் ஏறினார்; அவர் உட்கார்ந்த போது அவருடைய சீடர்கள் அவரிடம் வந்தார்கள். அப்போது அவர் உரையாற்றத் தொடங்கினார்: "ஆவியில் எளிமையுள்ளவர்கள் பாக்கியவான்கள்; பரலோக ராஜ்யம் அவர்களுடையது. துயரப்படுபவர்கள் பாக்கியவான்கள்; அவர்கள் ஆறுதல் அடைவார்கள்! சாந்த குணமுள்ளவர்கள் பாக்கியவான்கள்; அவர்கள் பூமியைச் சுதந்தரித்துக் கொள்வார்கள்! நீதியின் மேல் பசி தாகமுள்ளவர்கள் பாக்கியவான்கள்; அவர்கள் திருப்தியடைவார்கள்! இரக்கமுள்ளவர்கள், பாக்கியவான்கள்; அவர்கள் இரக்கம் பெறுவார்கள்! இருதயத்தில் சுத்தமுள்ளவர்கள் பாக்கியவான்கள்; அவர்கள் தேவனைத் தரிசிப்பார்கள்!" இது, இயேசு நாதருடைய 'மலைப் பிரசங்கம்.'

■■■

தங்களுக்கு அளிக்கப்பட்ட 'தவ்றாத்' திருமறையை மற்றவர்களுக்கு உபதேசியாமல் சிலர் வைத்துக்கொண்டது கண்ட இறைவன் அதே உள்ளடக்கத்தை "திரு குர் ஆன்" மூலம் முகம்மது நபி (ஸல்) அவர்களுக்கு அளித்து உலகம் முழுவதற்கும் அந்த நற்செய்தியைப் பரவச் செய்தான்... "அல்லா எங்களுடன் ஏன் பேசுவதில்லை? ஏன் எங்களுக்கு ஒரு அடையாளமும் காட்டுவதில்லை? - என்று அறிவில்லாத மக்கள் கேட்கிறார்கள். இவர்களுக்கு முன்பு இருந்தவர்களும் இப்படித் தான் கேட்டுக்கொண்டிருந்தார்கள். அவ்விரு தரப்பாரின் இதயங்களும் இந்த வகையில் சேர்ந்து கூத்தாடுகின்றன நம்மீது நம்பிக்கை கொண்ட மக்களுக்கு நிச்சயமாகத் தூதுச் செய்திகளை நாம் அளித்திருக்கிறோம்; அளித்துக்கொண்டே இருக்கிறோம் நிச்சயமாக ஏ, திருத்தூதரே! உம்மை நம்பும் நல்லடியார்களுக்கு நற்செய்தி கூறுவதற்கும், தீயவர்களுக்கு அச்சமூட்டி எச்சரிக்கை செய்தவற்கும் உம்மை நாம் சத்தியம் என்னும் ஆயுதத்துடன் அனுப்பியிருக்கிறோம்!"

■■■

தவ முறையிலிருந்து சித்தார்த்தன் விலகி விட்டதாகக் கூறி, வெறுப்புற்று, ஐந்து தவயோகிகளும் விலகி, வேறிடம் சென்று விட்டனர். தன்னந்தனியே விடப்பட்ட சித்தார்த்தன் சித்தம் கலங்கிவிடவில்லை. போதி மரத்தின் அடியில் அமர்ந்தான். அன்று, பவுர்ணமி. சித்தார்த்தனின் சித்தம் ஒரே நிலையில் நிலைத்திருந்தது. புதிய ஒளி அவன் முகத்தில் படர்ந்தது. பூரண ஞானம் பெற்ற புத்தராய் எழுந்தார். "பிறப்புக்கும் இறப்புக்கும் காரணமாய் இருப்பது துக்கம். சகல துக்கங்களுக்கும் காரணமாய் இருப்பது ஆசை. அந்த ஆசையை ஒழித்துவிடுவதே துக்க நிவாரணம். எவன் ஆசையை ஒழித்து எதையும் தனக்கென்று தேடி வைத்துக்கொள்ளாமல் இருக்கிறானோ, எவன் சொற்களையும் அவற்றின் பொருள்களையும் உணரும் சக்தி உள்ளவனோ, எவன் எழுத்துக்கள் முன்பின்னாக இருக்க வேண்டிய முறையைத் தெரிந்துள்ளானோ, அவனே மகா ஞானி; அவனே மகாத்மா! இந்தச் சடலமே அவன் எடுக்கும் கடைசி உடம்பு!" என, அந்தப் பவுர்ணமியில் தொடங்கின புத்தரின் சொற்பொழிவுகள்.

■■■

1983-ஆம் ஆண்டு. செப்டம்பர் 11. உரையாற்றுவதற்கு மேடை ஏறியவர்கள் அனைவரும் "சீமான்களே! சீமாட்டிகளே!" என்று அவையோரை அழைத்துப் பேசி அமர்ந்திருந்த அந்த மகாசபையில், "சகோதரர்களே! சகோதரிகளே!" என்னும் குரல் கேட்டு அந்த

மண்டபத்தில் கரவொலிகள் எழுந்தன. அந்தக் குரலுக்குரியவர் சுவாமி விவேகானந்தர்... "உலகிலுள்ள துறவு ஒழுக்க நிலையங்களிலே மிகப் பழமை வாய்ந்த நிலையத்தின் சார்பிலே நான் உங்களுக்கு நன்றி கூறுகின்றேன். எல்லாச் சமயங்களுக்கும் தாயாகிய சமயத்தின் சார்பில் நான் உங்களுக்கு நன்றி கூறுகின்றேன்! பல்வேறு வகுப்பினராய்ப் பல பிரிவாகிய மதங்களைக் கைக்கொண்டொழுகும் கோடிக் கணக்கான இந்திய மக்களின் சார்பில் நான் உங்களுக்கு நன்றி கூறுகின்றேன். இந்த மேடை மீதுள்ள உரையாளர்களில் சிலர், கிழக்கு நாட்டிலிருந்து வந்திருக்கும் பிரதிநிதிகளைக் குறித்துப் பேசும்போது 'சேய்மையிலுள்ள மக்கள் கூட்டத்தினரிடையே இருந்து வந்த இப்பிரதிநிதிகள் பண்புடைமையாகிய எண்ணத்தினை எல்லா நாட்டிற்கும் கொண்டு செல்லுகின்ற பெருமைக்கு உரிமையுடைய வர்கள்' என்று கூறினர்; அதற்காக அவர்களுக்கு நான் நன்றி கூறுகின்றேன். பிறருடைய கொள்கையை வெறுத்து ஒதுக்காத பண்புடைமை, அக்கொள்கைகளை ஏற்றுக்கொள்கின்ற பொதுநோக்கு - இந்த இரண்டையும் உலகுக்குக் கற்பித்த சமயத்துக்கு நான் உரியவன் எனப் பெருமைப்படுகின்றேன்..." என்று சர்வசமய ஆராய்ச்சிக் கழகத்தில் விவேகானந்தர் ஆற்றத் தொடங்கிய 'சிகாகோ பிரசங்கம்' ஆரம்பமாகியது.

■■■

1917 நவம்பர் எட்டாம் நாள்... உரைமேடையின் ஓரத்தைப் பிடித்துக்கொண்டு மாமேதை லெனின் நின்றார். சிமிட்டிக்கொண்ட அவரது சிறு கண்கள் பிரதிநிதிகளது கூட்டத்தின் மீது ஒரு தடவை வட்டமிட்டு வந்தன கரவொலி முழக்கம் அடங்குவதற்காக அவர் காத்திருந்தார். சில நிமிடங்கள் வரை ஓயாமல் நீடித்த முழக்கம் அவரைப் பாதித்ததாகத் தெரியவில்லை. கரவொலி முழக்கம் ஓய்ந்ததும் மிகவும் எளிய முறையில் அவர் சுருக்கமாய்ச் சொன்னார்: "இப்போது நாம் சோஷலிஸ அமைப்பைக் கட்டி எழுப்ப ஆரம்பிக்கலாம். சமாதானம் கைகூடச் செய்வதற்கு நடைமுறைச் செயல்பாடுகளை மேற்கொள்வது தான் நம் முன்புள்ள முதலாவது பணி... போரிடும் எல்லா நாடுகளின் மக்களுக்கும் நாம் சோவியத்து வரையறைகளின் அடிப்படையில் - பிரதேசம் பிடித்தல் இல்லை. இழப்பீடுகள் இல்லை, தேசங்களின் சுயநிர்ணயம் ஆகியவற்றின் அடிப்படையில் - சமாதானத்தை முன்மொழிவோம். அதேபோது ஏற்கெனவே நாம் வாக்களித்தது போல, ரகசிய உடன்படிக்கைகளை வெளியிட்டு, அவற்றை நாம் நிராகரிப்போம்... யுத்தத்தையும் சமாதானத்தையும் பற்றிய பிரச்சினை தெட்டத் தெளிவானது. ஆகவே 'போரிடும் எல்லா நாடுகளின் மக்களுக்கும் பிரகடனம்' என்பதான

இந்தத் திட்டத்தை இங்கு நான் முன்னுரை எதுவும் இல்லாமலே படித்துக் காட்டலாம் என நினைக்கிறேன்."

சர்வதேசியக் கீதத்தையும் சுதந்திரத்துக்காய் உயிர் நீத்தோரை நினைவு கூரும் பாடலையும் பிரதிநிதிகள் பாடி முடித்ததும் நிலத்தைப் பற்றிய அரசாணையை லெனின் பிரகடனப்படுத்தினார். "நிலப்பிரபுக்களது நில உடைமைகள் யாவும் எவ்வித இழப்பீடு இல்லாமல் உடனடியாக ஒழிக்கப்படுகின்றன... நிலப்பிரபுக்களின் பண்ணைகளும் அரச குடும்பத்துக்கும் மடாலயங்களுக்கும் சொந்தமான எல்லா நிலங்களும் அவற்றின் கால்நடைகளும், அவற்றுடன் சேர்த்துப் பட்டியலிடப்பட்ட சொத்துக்களும், கட்டடங்களும், எல்லாத் துணை இணைப்புக்களும் அடங்கலாய், அரசியல் நிர்ணய சபை கூடும் வரை வட்டத்து நிலைக் கமிட்டிகள், விவசாயப் பிரதிநிதிகளது மாவட்ட சோவியத்துகள் ஆகியவற்றின் நிர்வகிப்புக்கு மாற்றப்படுகின்றன... பறிமுதல் செய்யப்படும் சொத்துக்கு, இப்போதிருந்து மக்கள் அனைவருக்கும் உரித்தான சொத்துக்கு, எவ்விதத்திலும் எந்தவிதமான சேதம் உண்டாக்கப்படுதல் புரட்சிகர நீதிமன்றங்களால் தண்டிக்கப்படத்தக்க கடும் குற்றங்களாகக் கருதப்படும்."

■■■

உழைக்கும் வர்க்கம் உய்வதற்கான மார்க்கத்தை மாமேதை மார்க்ஸ் ஆய்ந்து கூறினார். அதைச் செயல் வடிவத்தில் நிகழ்த்திக் காட்டினார் லெனின்.

அதற்கான போராட்டத்தை முன்னெடுத்துச் செல்ல கிளர்ச்சியும் பிரச்சாரமும் இன்றியமையாதன என்று கூறி வழி நடத்தினார் லெனின்.

"கிளர்ச்சி" என்றால்

> "Agitation" அதாவது "உரையாடல்கள், கூட்டங்கள், பத்திரிகைகள் மூலம் கருத்துக்களையும் முழக்கங்களையும் அறைகூவல்களையும் பரப்பி, பொதுமக்களது அபிப்ராயத்தின் மீது தாக்கம் செலுத்தும் நோக்கமுடைய அரசியல் செயற்பாடு, சமூக வர்க்கங்களிடையிலும் அரசியல் கட்சிகளிடையிலும் நடைபெறும் அரசியல் சித்தாந்தப் போராட்டத்தின் வடிவங்களில், "கிளர்ச்சி"யும் ஒன்றாகும்."

"பிரச்சாரம்" என்பதற்கு லெனினீய விளக்கம்:

"Propaganda" அதாவது, "கருத்துக்கள், தத்துவங்கள், போதனைகள் ஆகியவற்றை மக்களது உறுதியான மனத்துணிபுகள் ஆக்கும் வண்ணம் அவற்றை அவர்களிடையே பரவச் செய்தலும் விளக்கிச் சொல்லுதலும் ஆகும். பத்திரிகைகளும் ஏனைய பிரச்சார சாதனங்களும் அவற்றை விரிவான மக்கள் பகுதி யோரிடத்து எடுத்துச் செல்கின்றன. ஆகவே, வர்க்கப் போராட்டத்தில் 'பிரச்சாரம்' சக்திவாய்ந்த ஓர் ஆயுதமாகும்."

இதன் பொருட்டே, இந்திய கம்யூனிஸ்ட் கட்சி போன்ற பாட்டாளிவர்க்க இயக்கங்களில் 'கிளர்ச்சிப் பிரச்சாரக்குழு' என்னும் பெயரில் அமைப்புகள் செயல்படுகின்றன.

பேச்சுப் பயிற்சி

"மேடையில் பேசலாம் வாருங்கள்!" என்னும் தலைப்பில் எழுத வேண்டும் என்பது நீண்ட நாள் ஆசை. எதற்கும் நேரம், காலம், அனுபவம் வேண்டாமா?

வேண்டும்! காத்திருந்தேன்.

"மேடையில் ஏறவேண்டும்! சொற்பொழிவு நிகழ்த்த வேண்டும்!" இன்றைய இளைஞர்களில் பலர் விரும்புகின்றனர்.

இது ஒரு கவர்ச்சிகரமான ஆசை!

ஏனெனில், இன்றைய வாழ்வில் மேடைப் பேச்சு மிகவும் இன்றியமையாத தேவையாக விளங்குகிறது.

இன்றைக்கு என்ன?

மனிதகுலம் தோன்றியது. கட்டாயத்தின் காரணமாக ஒருவன் குழுத்தலைவனானான்; இன்னொருவன் இன்னொரு கூட்டத்தின் கோத்திரத் தலைவன் ஆனான்.

தனது குழுவினருக்குத் தேவையான அறிவுரைகளைக் கூறினான்; அப்போதே தோன்றியதுதான் சொற்பொழிவு.

மேடையில்லை; பாறை மீது ஏறி நின்று பேசினான். ஒலிபெருக்கி இல்லை; உரக்கப் பேசினான்.

மகான்களின் உபதேசங்களும், மதப் பிரச்சாரகர்களின் உபன்யாசங்களும், மன்னனின் பிரகடனங்களும், படைத்தலைவனின் கட்டளைகளும் சொற்பொழிவுகளே!

அப்புறம் -

அரசியல் இயக்கங்கள் தோன்றின. அடிமைத் தளையை உடைத்து நொறுக்க, விடுதலை இயக்கங்கள் தோன்றின. இத்தகைய இயக்கங்களின் தலைவர்கள் சொற்பொழிவுகள் மூலமே மக்களைத் தட்டி எழுப்பினர்.

மக்களில் மிகப் பெரும்பான்மையோர் எழுத்தறிவு பெறாதிருந்ததால், பிரசுரப் பிரச்சாரத்தைவிட மேடைப் பேச்சின் மூலமே ஒரே இடத்தில் பலநூறு பேரைச் சந்தித்துத் தங்களது லட்சியங்களை, திட்டங்களைத் தலைவர்கள் விளக்கிக் கூறி மக்களை அணி திரட்டினார்கள்.

ஒன்றுக்கு மேற்பட்ட அரசியல் கட்சிகள் தோன்றிய பின், மாற்றுக்கட்சியினர் எழுப்பும் வினாக்களுக்கு மக்களிடையே விளக்கம் அளிக்க மேடைப் பேச்சு கட்டாயமாகிறது.

ஜனநாயக வளர்ச்சிப் போக்கில், தேர்தல் காலங்களில் தங்கள் கட்சியின் திட்டங்களைக் கூறி வோட்டுச் சேகரிக்க, பிரசுரங்கள் மட்டும் போதா, மேடைப் பேச்சு பிரதானத் தேவையாகிறது.

தலைவர்களின் நினைவைப் போற்றி அடுத்த தலைமுறையை உருவாக்க வேண்டுமா? மேடைப் பேச்சு வேண்டும்.

தொழிற்சங்கப் பணிகளில் 'ஆலை வாயில்' கூட்டங்கள்.

அஞ்சலி செலுத்தவும் கூட்டங்கள்.

இலக்கியச் சொற்பொழிவுகள், புராணப் பிரசங்கங்கள்!

திருமண விழாவில் வாழ்த்துரைகள்!

அவ்வளவு தானா?

சாலையோரங்களில் பல்பொடி விற்போரும் பாம்பு வித்தை காட்டுபவர்களும் பேசத் தெரிந்தால் வெற்றி பெறுகிறார்கள்.

இந்திய நாடு விடுதலை பெற்றபின், 'அரசியல் கட்சி' ஆரம்பிப்பதும் நடத்துவதும் நல்லதோர் வியாபாரமாகக் கருதப்படத் தொடங்கியது. குறிப்பாக, தமிழகத்தில் 'பேச்சு வியாபாரக் கலாச்சாரம்' தோன்றியது.

அரசியல் சேவையை ஒரு வேலை வாய்ப்பாகவும், வியாபாரமாகவும், அந்த வேலை வாய்ப்பையும் வியாபாரத்தையும் வெற்றிகரமாக நடத்தப் பயன்படும் வகையில், மேடைப் பேச்சுப் பயிற்சிக்கு, "கோனார் நோட்ஸ்" மாதிரி, சில நூல்களை அந்த வியாபாரத்தில் தேர்ந்த சிலர் எழுதியுள்ளனர்.

பேச்சு வியாபாரக் கலாச்சாரம் 1949-க்குப் பின்னர் தமிழகத்தில் மளமளவென்று வளர்ந்தது. மேடையில் பேசுகிறவர்களே மேன்மைக்கு உரியவர்களாகப் போற்றப்பட்டனர். தியாக சீலர்கள், செயல் வீரர்கள், பின்னுக்குத் தள்ளப்பட்டனர்.

இந்தக் 'கலாச்சாரம்' இளைஞர்களை வெகுவாகக் கவர்ந்தது. 'பேச்சுத் தொழிலில்' பிரபலமடைய இளைஞர்கள் விரும்பினார்கள்.

அவர்களது விருப்பத்தையும், வேலையில்லாத் திண்டாட்டத்தையும் பயன்படுத்தி, பணம் பண்ணுவதற்காக

'சோப்புத் தயாரிப்பது எப்படி?' 'சீப்புத் தயாரிப்பது எப்படி?', 'நாய் வளர்த்து நல்ல லாபம் பெறுவது எப்படி?' போன்ற புத்தக வரிசையில் 'மேடையில் பேசுவது எப்படி?' என்று விளக்கும் நூல்களும் புத்தகக் கடைகளில் தொங்குகின்றன.

மேடைப் பேச்சு மெஸ்மரிசத்தால் மட்டுமே கட்சி வளர்ந்து தழைத்துச் செழித்துவிடும் என்னும் மயக்கம் கம்யூனிஸ்ட் இயக்கத்தவர்களிடம் இல்லை.

எனவே அப்படியொரு மயக்கத்தில் இந்தப் புத்தகம் எழுதப்படவில்லை.

மக்களுக்கான கொள்கைகளை மக்களிடம் கொண்டு செல்லவும் அவர்களுக்கான, போராட்டங்களை அவர்களிடம் விளக்கி, அத்தகைய போராட்டங்களில் அவர்களைக் கிளர்ந்தெழச் செய்ய மேடைப் பேச்சுத் தேவைப்படுகிறது.

இது பேச்சு யுகம். இந்த யுகத்தில் கம்யூனிஸ்ட் இயக்கத்தவர்கள் மட்டுமே பேசா மடந்தைகளாக இருந்துவிட முடியாது.

கிளையமைப்பு ஒன்றின் சார்பில் சிறப்புப் பேச்சாளருக்கு கைத்தறி ஆடையைப் 'பொன்னாடை'யாக அணிவிப்பதாகக் கூறி முடிப்பதற்குள் பல இளைஞர்கள் வேர்த்து விறுவிறுத்து, நாக்குழறி நடுநடுங்கிப் போகிறார்கள்.

மேடை ஏறக்கூடாது; ஏறினால் உளறக் கூடாது.

ஆடியோவும், வீடியோவும் வந்துவிட்ட விஞ்ஞான யுகத்தில் மேடைப் பேச்சுப் பயன்படாது என்று சிலர் கருதுகின்றனர். *அது தவறு.*

அன்றாட அரசியல், அன்றாடப் போராட்டங்களை விளக்க மேடையின் கம்பீரம் ஒலி இழை நாடாவிலும், ஒளி - ஒலிப் பேழையிலும் பதியாது; படியாது.

மக்களோடு நேருக்கு நேர் நின்று ஒலிபெருக்கியில் பேசுவதைப் போல, எங்கோ ஓர் அறையில் தயாரிக்கின்ற ஆடியோவுக்கும், வீடியோவுக்கும் மக்களைக் கவர்ச்சிக்கின்ற, எழுச்சியூட்டுகின்ற வல்லமை வாய்மை வாய்க்காது.

- மேடைப் பேச்சுக்கான பயிற்சி முகாம்களை கம்யூனிஸ்ட் கட்சி நடத்துகின்றது.

- கட்சிக் கல்வித்துறை இளைஞர்களுக்கு, தத்துவத்தையும், அரசியலையும், வரலாற்றையும் பருவம் தவறாமல் கற்றுத் தருகின்றது.

- திட்டமிடப்படுகின்ற போராட்டத்துக்கான பேச்சுக் குறிப்புக்களைக் கட்சியின் கிளர்ச்சிப் பிரச்சாரக் குழு தயாரித்து வழங்குகின்றது.

(இத்தகைய வாய்ப்புக்கள் பிற அரசியல் கட்சிகளிலும் கிடைக்கக் கூடும்).

எடுத்துக்கொண்ட தலைப்பில் எப்படிப் பேசலாம், கேட்போரைப் பேச்சால் எப்படிக் கிளர்ச்சியுறச் செய்வது - இவை பற்றி விளக்குவதும், கருத்துக்களைப் பரிமாறிக் கொள்வதும் இந்தக் கையேட்டின் நோக்கங்களாகும்.

அடிப்படைத் தேவைகள்

நமது பேச்சுப் பயிற்சியில் பங்கு பெறவிரும்பும் இளைஞர் - மாணவர்களுக்குப் பின்கண்ட தகுதிகள், கட்டாயத் தேவைகளாகும்.

- படிப்பறிவு

- கட்சிக் கல்வித்துறை நடத்துகின்ற அரசியல் வகுப்புக்களில் மார்க்சிய - லெனினியத் தேர்ச்சி.

- தமிழ் இலக்கியத்தில் ஆர்வம்

- பாரதியார், பாரதிதாசன், பட்டுக்கோட்டை கல்யாணசுந்தரம், கவிஞர் கண்ணதாசன் போன்றோரது கவிதைகளில் பரிச்சயம்.

- முற்போக்கான கருத்துக்களைக் கொண்ட புதுக் கவிதைகள்.

- விவேகானந்தர், பாரதியார் கட்டுரைகளில் படிப்பறிவு.

- மகாத்மா காந்தியின் 'சத்திய சோதனை', பண்டித நேருஜியின் 'சுய சரிதை' உலக சரித்திரக் கடிதங்கள்' போன்ற நூல்களையும் வெ. சாமிநாத சர்மா எழுதிய 'கார்ல் மார்க்ஸ்' நூலையும் விரும்பிப் படித்திருக்க வேண்டும்.

- 'பஞ்ச தந்திரக் கதைகள்', 'ஈஸாப் கதைகள்' உலகப் புகழ்பெற்ற குட்டிக் கதைகள் ஆகியவற்றை பேச்சின் நடுநடுவே பயன்படுத்துவதற்காகப் படித்திருக்க வேண்டும்.

- கட்சியின் பருவ இதழ்களையும் அன்றாட நாளேடுகளையும் தொடர்ந்து படித்துக்கொண்டே இருக்க வேண்டும்.

"ஆகா! இந்த முன்னுரையே போதுமானது!" என்று கருதி விடாமல், இந்தக் 'கையேடு' முழுமையையும் பயில வேண்டும்; மனதில் பதிய வைக்கவேண்டும்!

"அம்மாடியோ! பேசுவது இத்தனைக் கடினமா!" என்று மலைத்துவிட வேண்டாம்.

"சித்திரமும் கைப்பழக்கம்! செந்தமிழும் நாப் பழக்கம்!" என்னும் பழமொழியைத் துணைக் கொள்க!

மீண்டும் நினைவுபடுத்துகிறோம். "பொதுவாழ்வுக்கு வந்துவிட்ட, வரவிரும்புகின்ற இளைஞர்களுக்கான பேச்சுப் பயிற்சிக்காக மட்டுமே இந்தக் கையேடு!"

நாப் பழக்கம்!

மேடையில் பேச விரும்பும் இளைஞர்கள் மொழி உச்சரிப்பில் எச்சரிக்கையாக இருக்க வேண்டும்.

"வாழைப்பழம் உள்ளதா?" என்று தவறில்லாமல் எழுதக் கூடியவர்கள் கூட மேடையில் பேசும்போது 'வாளைப்பளம் உல்லதா?" என்று பேசிவிடுகிறார்கள்!

இவ்வாறு தவறான உச்சரிப்பைச் செவிமடுக்க நேரும்போது அச்சுப் பிழைகள் மலிந்த பத்திரிகையைப் படிக்கின்ற போது ஏற்படுகின்ற எரிச்சல் சிலருக்கு உண்டாகிவிடும். அப்புறம் என்ன தான் மிகவுயர்ந்த கருத்துக்களையும், தத்துவங்களையும் அந்தச் சொற்பொழிவாளர் கூறினாலும் எடுபடாது.

'வல்லினம்', 'மெல்லினம்', 'இடையினம்' உச்சரிப்புகளில் உரிய தேர்ச்சி கட்டாயத் தேவையாகும். இதுவரை இதுபற்றிக் கவலைப் படாதிருந்தவர்கள் இனியாவது தமிழாசிரியர்களிடம் பயிற்சி பெறலாம்.

கட்டுரைகளையோ, கதை, கவிதைகளையோ, வாய்விட்டு உரக்கப்படிக்கும் பழக்கம் இருவித பயன்களை நல்கும்.

1. உச்சரிப்பை ஒழுங்குபடுத்த உதவும்!

2. நண்பர்கள், உறவினர்கள் மத்தியில் உரக்கப் படித்து வந்தால் மேடைக் கூச்சம் மறையும்.

சிலர், கீழே இருக்கின்ற வரை தைரியமாக இருப்பார்கள். மேடையில் ஏறிவிட்டால் ஆடிப்போய்விடுகிறார்கள். இத்தகையோருக்கு உரக்கப் படிக்கும் பயிற்சி பலன்தரும்.

ஊர்வலங்களில் உற்சாகத்தோடு கோஷம் போடுகிற இளைஞன் எதிர்காலத்தில் சிறந்த பேச்சாளன் ஆவான்!

மேடையில் ஏற்ற இறக்கம் அறிந்து பேசினால் சுவையாக இருக்கும்.

இதில் பயிற்சி பெற, கேட்டு ரசித்து, மகிழ்ந்த திரைப்பட உரையாடல்களை நிலைஆடி முன் நின்று பேசிப் பழகலாம். குறிப்பாக,

கலைஞர் கருணாநிதி வசனம் எழுதிய ‘பராசக்தி’ படத்தின் கோர்ட் சீன் வசனங்களையும் ‘மனோகரா’ படத்தின் தர்பார் சீன் வசனங் களையும் மனப்பாடம் செய்து நிலைஆடி (நிலைக் கண்ணாடி) முன்பு நின்று நடிப்போடும், துடிப்போடும் பேசிப் பழகியவன் பிற்காலத்தில் சிறந்த சொற்பொழிவாளனாக விளங்குவான்.

நிலைஆடி முன்பு நிற்க வேண்டும்?

பேசும் போது முகபாவங்கள் எப்படி அமைகின்றன என்பதை நிலைஆடி நமக்குக் காட்டும்!

மேடையில் பேசுவோருக்கு இன்னொரு இன்றியமையாத் தேவை ‘தோற்றப் பொலிவு!’

தொண்டால் பொழுதளந்து மக்கள் மத்தியில் புகழ்பெற்றிருக்கும் தலைவர்கள் எவ்வாறு காட்சியளிப்பினும் கேட்பாளர்கள் நின்று கேட்பார்கள். ஆனால், இளைஞர்களுக்கு அந்த வாய்ப்புக் கிட்டாது.

எனவேதான், “தோற்றப் பொலிவு” தேவைப்படுகிறது.

இதன் பொருள் ஒப்பனை செய்துகொண்டு மேடை ஏறவேண்டும் என்பதல்ல!

ஒழுங்காக வாரிவிடப்பட்ட சிகை, குளித்துச் சுத்தமான உடல். தூய உடை.... தோற்றப் பொலிவுக்கு இவை போதும்.

> “ஆகா! நாம் தொழிலாளி - விவசாயிகளுக்காகப் பாடுபடு பவர்கள்! நமக்கேன் தோற்றப் பொலிவு?” என்று நினைக்கக் கூடாது.
>
> அரைக்கால் சட்டையும், பழுப்பேறிய மேற்சட்டையும் அணிந்து, ஒலிபெருக்கி இல்லாத அந்தக் காலத்திலேயே ஜீவானந்தம் ஆயிரம் பேர் முன்னிலையில் பேசவில்லையா? பேசினார்.
>
> ஆனால், இப்போது, அந்தக் காலம் இல்லை. பேசுவோரும் கேட்போரும் பொய்ம்மைக்கு மயங்காதிருந்த புனித யுகம் அது!

இந்தக் காலத்தில், குறிப்பாக இளம் பேச்சாளர்கள் தோற்றப் பொலிவோடு இருந்தால் தான் மக்கள் நின்று கேட்கிறார்கள். இல்லையென்றால் யாரோ ‘பொடியன்’ பேசுகிறான் என்று அலட்சியத்தோடு போய்விடுகிறார்கள்!

மக்கள் மத்தியில் புதியவர்கள் நின்று பேசுவது கம்பி மேல் நடக்கின்ற சர்க்கஸ் மாதிரி.

புதுமுகப் பேச்சாளர், ஒவ்வொருவரும் படாதபாடு பட்டிருக்கிறார்கள்! புகழ் பெற்றுவிட்டால் கதை தலைகீழாக மாறிவிடும்.

'மக்களுக்குச் செய்தி சொல்ல வந்திருக்கிறோம்' என்னும் கம்பீரம் நமது தோற்றத்தில் இருக்க வேண்டும். அதே நேரம், 'மக்களில் ஒருவன்தான் நாம்' என்கிற பணிவு மனதிற்குள் இருக்க வேண்டும்.

திடலில் முன் வரிசையில் உட்கார்ந்திருப்போர் நம்மவர்! நாம் எப்படிப் பேசினாலும் காட்சியளித்தாலும் அவர்கள் உட்கார்ந்துதான் இருப்பார்கள். மேடையில் போட்டிருக்கும் மேஜை, நாற்காலி, மேஜை விரிப்பு போன்றவற்றை வாங்கி யோரிடம் திரும்பக் கொண்டு சேர்க்க வேண்டுமே என்னும் கவனம் அவர்களுக்கு! அத்தோடு, 'கல்லானாலும் கணவன் - புல்லானாலும் புருஷன்' என்னும் பத்தினித்தனம் போன்ற உணர்வோடு, என்ன இருந்தாலும் எப்படி இருந்தாலும் எவ்வாறு பேசினாலும் இவர் 'நம்ம தோழர்!' என்கிற எண்ணத்தோடு முன்வரிசையில் இருப்பவர்கள் அமர்ந்திருப்பார்கள்.

எனவே, நமது முன்வரிசைத் தோழர்களுக்காக புதுமுகப் பேச்சாளர்கள் பேச வேண்டியதில்லை.

தொலைவில் நின்று கொண்டிருக்கிறார்களே அவர்கள் தான் பொதுமக்கள்! அவர்களுக்காகத்தான் புதுமுகப் பேச்சாளர்கள் பேசவேண்டும்.

இன்றைய பொதுக்கூட்டச் சுவைஞர்களை நான்கு வகையினராகப் பிரிக்கலாம்.

1. நமது கட்சிக்காரர்கள்.

2. பிற கட்சிகளைச் சேர்ந்த அரசியல் ஆர்வலர்கள்.

3. கட்சிகளைச் சேராத அரசியல் ஆர்வலர்கள்.

4. இலவசமாகக் கிடைக்கும் பொழுதுபோக்கு என்று கருதி ஒதுங்குபவர்கள்.

பொதுக்கூட்டங்களில் நான்காவது வகையினர் அதிகமாக இருப்பார்கள்!

இந்த நான்கு வகையினரையும் திருப்திப்படுத்துகின்ற தன்மையில் தான் புதுமுகப் பேச்சாளர்களின் தோற்றமும் சொற்பொழிவும் அமைய வேண்டும்.

புதுமுகப் பேச்சாளர், தனக்கு முன்னே சக்திவாய்ந்த விஞ்ஞான சாதனமான ஒலிபெருக்கி இருப்பதை மறந்து விடக்கூடாது.

அதை மறந்துவிட்டு, ஒலிபெருக்கி இல்லாக் காலமே போல, பல இளைஞர்கள் பேசுகின்றபோது பெருங்கூச்சலிட்டு தொல்லைப்படுத்துகிறார்கள்.

(சுற்றுப்புறச் சூழலைக் கெடுக்கும் சைத்தான்களில், பெருஞ் சத்தமும் ஒன்றாகும்!)

எனவே, ஒலி பெருக்கியைக் கையாளுவதில் நளினம் வேண்டும், பேச்சாளர் தனது குரல் வளத்துக்கு ஏற்ப ஒலிபெருக்கி இரைச்சலைக் குறைத்து இயக்கச் சொல்ல வேண்டும். பல ஊர்களில் மைக்கை வைத்துவிட்டு ட்யூன் செய்யாமல் மைக் செட்காரர் தேனீர் அருந்தப் போய்விடுவார்கள்!

அந்த மாதிரி நேரங்களில் பேச்சாளரே தனது குரலைத் தாழ்த்திக் கொள்ள வேண்டும். அப்போதுதான் கேட்போரை மயக்கும் வண்ணம் ஏற்ற - இறக்கம் கொடுத்துச் சொற்பொழிவாற்றுவது சுலபமாகும்.

ஓ! மேடையில் பேசுவதற்கு இத்தனை முன்னேற்பாடுகளா?

இன்னும் இருக்கிறது நண்பர்களே!

மக்களது மொழியில்...

"**ம**க்களது மொழியில் பேசுங்கள்!" என்றார் மாமேதை லெனின்.

"மக்களுக்குப் புரியும் வண்ணம் பேசுங்கள்!" என்பதே இதன் மெய்யான அர்த்தம்.

நாம் கற்ற வித்தைகளை எல்லாம் காட்டி கேட்போரை மிரட்டி விடக் கூடாது.

மக்கள் அன்றாடம் தெரிந்து வைத்துள்ள அரசியல் செய்திகளில் இருந்து பேச்சாளர் தனது சொற்பொழிவைத் தொடங்க வேண்டும்!

இதனைச் சாதிப்பதற்கு, பேச்சாளர் குறைந்தபட்சம் தினசரிப் பத்திரிகைகளைப் படிப்பவராக இருக்க வேண்டும்.

மாலை ஏழு மணிக்குத்தான் பொதுக்கூட்டம் தொடங்குகிறது.

ஆனால், மாலை நாளேடுகள் பிற்பகல் மூன்று மணிக்கே கிராமங்களுக்குள்ளும் நுழைந்துவிடுகின்றன.

எனவே -

மாலைப் பத்திரிகையின் முக்கியமான அரசியல் செய்திகளை விளக்கி, அவை பற்றிய விமர்சனத்தோடு பேச்சாளர், தனது உரையைத் தொடங்கினால், அதில் உயிரோட்டம் இருக்கும்!

மாநிலச் செய்திகளையும், ஏழேகால் புதுடில்லிச் செய்திகளையும் டீக்கடைகளின் வானொலிப் பெட்டிகளில் கேட்டுவிட்டுத்தான் கூட்டத்திற்கு மக்கள் வருகிறார்கள். எனவே, பேச்சாளரும் அந்தச் செய்திகளைக் கேட்டுவிட்டுத்தான் மேடை ஏறவேண்டும்.

அதேபோல, உள்ளூர்ச் செய்திகளைத் தோழர்கள் மூலம் கேட்டுத் தெரிந்துகொள்ள வேண்டும். உள்ளூரின் பிரச்சினைகள் மீது கட்சியின் நிலை பற்றித் தெரிந்துகொண்டு அதற்கு முரண்படாதவாறு பேச்சாளர் தனது சொற்பொழிவைத் தொடங்க வேண்டும்.

பேசப் போயிருக்கின்ற ஊரில் சில நாட்களுக்கு முன்னர் பெரியதொரு நிகழ்ச்சி நடந்திருக்கக்கூடும். அது குறித்து தனது கருத்தைக் கூறுவாரேயானால், பேச்சாளருக்கும் கேட்பாளருக்கும் அந்யோன்யமான நெருக்கம் ஏற்படும்.

இந்த அந்யோன்யமான உறவைப் பேச்சாளர் தொடக்கத்திலேயே ஏற்படுத்திக் கொள்வாரானால், அவரது உரையை, ஊரார் இறுதிவரை நின்று கேட்பார்கள்.

மேடை ஏறுவதற்கு முன்பு, உள்ளூர் தோழர்களோடு உரையாடி உள்ளூரின் பல்வேறு அரசியல் கட்சிகள் நமது கட்சிபற்றி அண்மையில் மேடைகளில் பேசிய விமர்சனங்களைக் கேட்டுணர வேண்டும்.

ஜீவாவும் பாலனும் ஒரூருக்குப் போய்ச் சேர்ந்தவுடன் கட்சி அலுவலகத்திற்குத்தான் போவார்கள். தோழர்களைக் கூட்டி வைத்துக்கொண்டு "இன்று என்ன என்ன பேச வேண்டும்?" என்று கேட்பார்கள்.

தோழர்கள் சொல்வதை மனதில் குறித்துக்கொள்வார்கள். பேச்சில் வெளிப்படுத்துவார்கள்.

> (இப்போது நிலைமை தலைகீழாக மாறிவிட்டது! ரயிலிலிருந்து இறங்கியதும் "எந்த லாட்ஜில் ரூம் போட்டிருக்கிறீர்கள்?" என்று பேச்சாளர் கேட்பதும், கூட்ட அமைப்பாளர்கள் அவர்களை நேரடியாக லாட்ஜுக்கு அழைத்துச் செல்வதும் சகஜமாகிவிட்டது! விடுதியில் இறங்கியதும், "தோழரே! இரவு ஏழு மணிக்கெல்லாம் தயாராக இருங்கள். நாங்கள் வந்து அழைத்துச் செல்கிறோம்!" என்று பல ஊர்களில் கூட்ட அமைப்பாளர்கள் கூறுவதும் வாடிக்கையாகிவிட்டது!)

ஜீவா, பாலன் காலத்து நிலைமை வேறு! கூட்டத்தில் பேசும் முன்பு தோழர்களோடு உரையாடிவிட்டுத்தான் அவர்கள் மேடை ஏறினார்கள்; கூட்டம் முடிந்தவுடன் தங்களது பேச்சைப் பற்றிய விமர்சனங்களைக் கேட்டுத் தெரிந்துகொண்டார்கள். இவ்விதமாகத்தான், ஞானவான்களாகிய அவர்கள் தங்களை மேலும் செழுமைப்படுத்திக் கொண்டார்கள்.

புதுமுகப் பேச்சாளர்களுக்கு இந்தப் பண்பு கட்டாயமான தேவையாகும்.

> **"இனிய உளவாக இன்னாத கூறல்**
> **கனியிருப்பக் காய்கவர்ந் தற்று!"**

என்றார் வள்ளுவர்; இனிய சொற்கள் ஏராளமாக இருக்கும்போது சுடு சொற்களை புதுமுகப் பேச்சாளர்கள் பயன்படுத்தக் கூடாது.

இளைஞர்களே புதுமுகப் பேச்சாளர்கள். அவர்கள் மேடையில் ஏறி மாற்றுக் கட்சிகளின் தலைவர்களை மரியாதைக் குறைவாகப்

பேசினால் "விடலைப் பையன் பேச வந்துவிட்டான்!" என்னும் வெறுப்புத்தான் கேட்போரிடம் படியும். பொதுக்கூட்டங்களை இந்தச் சுடுசொற்கள் சீர்குலைத்துவிடவும் கூடும்.

கடுமையான தாக்குதல் சொந்தக் கட்சித் தோழர்களுக்கு சுவையாக இருக்கலாம்; ஆனால், கட்சிகள் சாராத பொதுமக்களுக்குக் கூட எரிச்சலையே ஏற்படுத்தும்.

"பணிவுடையன் இன்சொலன் ஆதல் ஒருவற்
கணியல்ல மற்றுப் பிற."

என்றார் வள்ளுவர். (பெரியவர்களிடம் பணிவும், எல்லோரிடமும் இனிய வார்த்தையும் பேசுவதே ஒருவருக்கு அழகாகும்; உடலில் அணியும் பிற நகைகள் அழகு தருவன அல்ல.)

"அல்லவை தேய அறம்பெருகும் நல்லவை
நாடி இனிய சொலின்."

என்னும் வள்ளுவர் கூறியிருக்கிறார். (பிற மக்களுக்கு நன்மைதரும் சொற்களை ஆராய்ந்து சொல்வானாயின், தீமைகள் மறைந்து அறம் வளரும்).

பணிவுடைமை என்பதன் பொருள், மதவாதம், வகுப்புவாதம், பிரிவினைவாதம் போன்ற விஷ வித்துக்களைப் பரப்பும் துஷ்டர் களைக் கண்டு தூர விலக வேண்டும் என்பதல்ல.

பாதகம் செய்பவரைக் கண்டால் பயங்கொள்ளலாகாது; மோதி மிதிக்க வேண்டும், முகத்தில் உமிழ்ந்திட வேண்டும், அத்தகையோர் நமது சீற்றத்துக்கு உரியவர்கள். எனவே பாரதியார் சொன்னார்: "சீறுவோர்ச் சீறு!" அவர்களைப் பற்றி "வெடிப்புறப் பேசு!" அவர்களை அழிப்பதற்காக "ரௌத்ரம் பழகு!"

"சொல் வன்மை" என்னும் அதிகாரத்தில் புதுமுகப் பேச்சாளர் களுக்கு வள்ளுவர் வழிகாட்டுகின்றார்.

"நாநல மென்னும் நலனுடைமை யந்நலம்
யாநலத் துள்ளதூ மன்று"

(சொல் வன்மை என்று சொல்லப்படும் நாநலம் மற்ற எந்த நலத்துள்ளும் அடங்குவது அல்ல; தனிச்சிறப்புடையது ஆகும்).

"கேட்டார்ப் பிணிக்கும் தகையவாய்க் கேளாரும்
வேட்ப மொழிவதாம் சொல்."

(நம் சொல் கேட்டவரைத் தன் வயப்படுத்தும் தன்மையுடனும் பகைவரும் நம் சொல்லை விரும்பிக் கேட்கும் பண்புகளுடனும் உள்ளதே நல்ல சொல்லாகும்.)

**"விரைந்து தொழில்கேட்கு ஞால நிரந்தினிது
சொல்லுதல் வல்லார்ப் பெறின்."**

(கருத்துக்களை வரிசைப்படுத்தி இனிமையாகச் சொல்லுபவனின் சொல்பொருளை உலகம் விரைந்து ஏற்றுக்கொள்ளும்).

**"பலசொல்லக் காமுறுவர் மன்றமா சற்ற
சிலசொல்ல றேற்றா தவர்."**

(ஒரு கருத்தைக் குற்றமற்ற முறையில் சில சொற்களில் சொல்லத் தெரியாதவர்கள் பல சொற்களைச் சொல்லிக் கொண்டிருக்க விரும்புபவர்).

**"இணர் ஊழ்த்தும் நாறா மலர்அனையர் கற்றது
உணர விரித்துரையா தார்."**

(தான் கற்றதைப் பிறர் உணரும்படி விரித்துரைக்க முடியாதவர் கொத்தாகப் பூத்தும்கூட மணம் வீசாத மலரைப் போன்றவரே ஆவர்)

**"சொலல்வல்லன் சோர்வில னஞ்சா னவனை
யிகல்வெல்லல் யார்க்கு மரிது."**

(சொல்லில் வல்லவனை, சோர்வு இல்லாதவனை, எதற்கும் அஞ்சாதவனை பகைவரால் வெல்வது யாராலும் முடியாது).

இதே அதிகாரத்தில் வள்ளுவர் சொன்னார்; பேச்சாளருக்குக் கட்டளையிட்டார்.

**"சொல்லுக சொல்லைப் பிறிதோர் சொல்லச்சொல்லை
வெல்லுஞ்சொ லின்மை அறிந்து."**

(வேறொரு சொல் நாம் சொல்லும் சொல்லை வெல்லும் சொல்லாக இல்லாதிருப்பதை அறிந்த பின்பு எண்ணிய சொல்லைச் சொல்ல வேண்டும்).

பேசப் புகும் பொருள் பற்றி, போதிய நூலறிவு பெற்றிருக்க வேண்டும் என்பதும் வள்ளுவரின் வேண்டுகோள்.

பேச்சுத் தயாரிப்பு

சொற்பொழிவு ஆற்றுவதற்காக மேடை ஏறும் தொடக்கநிலைப் பேச்சாளர் செய்ய வேண்டிய முதல் காரியம் பேச்சுத் தயாரிப்பு ஆகும்.

தான் பேச வேண்டியதை வரிசைப்படுத்தி, முழுப் பேச்சையும் ஒரு காகிதத்தில் எழுதிக்கொள்ளும் பழக்கம் உள்ள இளைஞர் வெகுவிரைவில் சிறந்த பேச்சாளராக உருக்கொள்ளுவார்.

"அய்யய்யோ! இந்த நல்ல விஷயத்தைச் சொல்லாமல் விட்டு விட்டோமே!" என்று மேடையிலிருந்து இறங்கியதும், அவ்வாறு பேச்சுத் தயாரித்துக்கொண்ட தொடக்க நிலைப் பேச்சாளர் பின்னர் வருந்த மாட்டார்.

சொற்பொழிவை எழுதி, படித்துப் பார்ப்பது மனப்பாடமாவதற்கு அரியதொரு வழிமுறையாகும்.

உலகப் புகழ்பெற்ற சொற்பொழிவாளர் என்று பெயர்பெற்ற, இங்கிலாந்தின் வின்ஸ்டன் சர்ச்சில் தன்னுடைய உரையை இந்த முறையில்தான் தயாரித்துக்கொள்வார்!

தன்னுடைய செயலாளரிடம் அவர் 'டிக்டேட்' செய்வார். அதை எழுதச் சொல்லி வாங்கி வைத்துக்கொண்டு பலமுறை படித்துக் கொள்வார் என்று சர்ச்சில் பற்றி பிரிட்டிஷ் பார்லிமெண்டேரியன் எனோக்போவெல் எழுதியுள்ளார்.

எனவே, தான், பேச வேண்டியதைத் தயாரித்துக்கொள்வது, தனது நினைவாற்றலுக்கு இழுக்கு என்று இளைஞர்கள் எண்ணத் தேவையில்லை.

எழுதிப் படித்துப் பார்ப்பதால், சொற்பொழிவின் எந்த இடத்தில் குரலை உயர்த்தலாம், எந்த இடத்தில் நெகிழ்வாகச் சொல்லலாம் என்பதை மனதில் குறித்துக் கொள்ள முடியும்.

ஆடியோ கேஸெட் ரிகார்டர் இப்போது பல இளைஞர்களிடம் இருக்கின்றது. அத்தகைய வாய்ப்புள்ளவர்கள் தாங்கள் எழுதித் தயாரித்துள்ள உரையை டேப் ரிகார்டரில் பதிவு செய்து, திரும்பத்

திரும்பக் கேட்டு உணர்ச்சிமயமான சொற்பொழிவுக்குத் தன்னைத் தயாரித்துக் கொள்ளலாம்.

தொடக்கநிலைப் பேச்சாளர், அனேகமாக உள்ளூர் நண்பராகத் தான் இருப்பார். அவருக்கு 10 நிமிடம் அல்லது 15 நிமிடம் நேரம்தான் பேசுகின்ற வாய்ப்புக் கிடைக்கும். அந்த அளவுக்கே அவரது பேச்சு அமைய வேண்டும்.

அனைத்திந்திய தலைவர்களோ, மாநிலத் தலைவர்களோ, சிறப்புப் பேச்சாளர்களாக உரையாற்ற இருக்கின்ற கூட்டங்களில் தொடக்கநிலைப் பேச்சாளர் கொடுக்கப்பட்ட நேரத்திற்குள் பேச்சை முடிக்கத் தெரிந்திருக்க வேண்டும். தலைமை தாங்குகிறவர் சட்டையைப் பிடித்து இழுத்து பேச்சை முடித்துக் கொள்ளச் சொல்லுகின்ற அளவுக்கு தொடக்கநிலைப் பேச்சாளர் பேசிக்கொண்டிருத்தல் கூடாது.

அத்தகைய நிலை ஏற்படின் அது கூட்டத்தினரின் சிரிப்புக்குரிய காட்சியாக அமைந்துவிடும்.

“இன்னும் ஒரே ஒரு விஷயம். இன்னும் ஒரு நிமிஷத்தில் முடித்துவிடுகின்றேன்!” என்று தொடக்கநிலைப் பேச்சாளர் கெஞ்சக் கெஞ்ச கூட்டத்தில் ஏளனச் சிரிப்பு அலைகள் எழுந்து கொண்டேயிருக்கும்!

கூட்டத்தினர், வருகை தந்துள்ள சிறப்புப் பேச்சாளரின் பேச்சைக் கேட்கத்தான் கூடியிருக்கிறார்கள் என்பதை, தொடக்கநிலைப் பேச்சாளர் அவர் என்னதான் சிறந்த சொற்பொழிவாளரானாலும் மறந்துவிடக் கூடாது.

இன்னொரு விஷயம் மிக முக்கியமானது. சிறப்புப் பேச்சாளர் பேசவுள்ள கூட்டங்களில், தொடக்க நிலைக்காரரர் மாநில அரசியல், இந்திய அரசியல், உலக அரசியல் என்று பேசக் கூடாது.

“வந்திருப்பவர், கட்சி மையத்திலிருந்து வந்திருக்கிறார். மாநில, தேசிய, சர்வதேசிய அரசியல்நிலை பற்றி அவர்தான் நம்மைவிட ஆதாரபூர்வமாக அறிந்திருப்பவர்” என்பதை தொடக்கநிலைப் பேச்சாளர் மறந்துவிடக் கூடாது.

“வந்திருப்பவர், கட்சி மையத்திலிருந்து வந்திருக்கிறார். மாநில, தேசிய, சர்வதேசிய அரசியல் நிலை பற்றி அவர்தான் நம்மைவிட ஆதாரபூர்வமாக அறிந்திருப்பவர்” என்பதை தொடக்கநிலைப் பேச்சாளர் மறந்துவிடக்கூடாது.

தொடக்கநிலைப் பேச்சாளர் தான் அறிந்திருப்பதைக் கூறவும், தலைமையிலிருந்து வந்துள்ள சிறப்புப் பேச்சாளர் அதிகாரபூர்வமான செய்திகளைச் சொல்லவுமான நிலை ஏற்படின் கூட்டத்தினர் இருவருக்குமிடையே பளிச்சிடும் முரண்பாடுகளைக் கணக்கிடத் தொடங்கி விடுவார்கள்.

இத்தகையதொரு நிலை தொடக்கநிலைப் பேச்சாளரின் எதிர்காலத்தைப் பெரிதும் பாதிக்கும்.

தனக்கு என ஒரு தனித்தன்மை

தொடக்கநிலைப் பேச்சாளர், ஆரம்பத்திலிருந்தே தனக்கென ஒரு தனித்தன்மையை உருவாக்கிக்கொள்ள வேண்டும்.

தனக்குப் பிடித்தமான பிரபல தலைவர் ஒருவரின் பேச்சுப் பாணியைப் பின்பற்றக்கூடாது!

"மலர்மஞ்சரியில் வெவ்வேறான வண்ண மலர்கள் இருப்பது போல, இவர்கள் கட்சியில் ஒவ்வொருவருக்கும் தனித்தனி பேச்சுப்பாணி இருக்கிறது!" என்று கேட்போர் வியக்க வேண்டும்.

ஆரம்ப நாள் தி.மு. கழகத்தில் பேசுவோர் பலர் ஒரே மாதிரியான குரலில் பேசுவார்கள். அறிஞர் அண்ணாவுக்கு நாசிப் பொடி உறிஞ்சுகின்ற பழக்கம் இருந்ததால், அவரது குரலில் ஒருவித கரகரப்பு இருக்கும். அந்தக் குரல் அவரது தனித்தன்மை. ஆனால், பொடி போடும் பழக்கம் இல்லாத பல தி.மு. கழகப் பேச்சாளர்கள்கூட அண்ணாவைப் போல மூக்கு அடைப்புக் குரலில் பேசினார்கள்.

இந்திய கம்யூனிஸ்ட் கட்சியில் ஒரு பிரபல பேச்சாளர் இருந்தார். அவரது தனித்தன்மை அவருக்குப் பெருமை சேர்த்தது. பின்னாளில், மாணவர் தலைவர் ஒருவர் அதே குரலில் பேசி, தோழர்களின் நையாண்டிக்கு ஆளானார்.

எனவே -

தொடக்கநிலைப் பேச்சாளர் தனக்கு என்று ஒரு தனி பாணியை உருவாக்கிக்கொள்ள வேண்டும்.

ஜீவா போல பி. ராமமூர்த்தி பேசமாட்டார். அதேபோல பாலனுக்கு என்று ஒரு தனித்தன்மை இருந்தது.

கூட்டத்தினை, நடைமுறைத் தமிழில் பேசி குலுங்கக் குலுங்க நகைக்க வைப்பார் ஐ. மாயாண்டி பாரதி. உதாரணத்திற்கு, சீன ஆக்கிரமிப்புக் கண்டனக் கூட்டங்களில் "முன்னே இந்தி - சீனி

பாய் பாய்! இப்போது இந்தி - சீனி லடாய் லடாய்!" என்பார் ஐ. மா. பா.

முகவை ராஜமாணிக்கம் பேசுகையில் நாணிக் கோணுகின்ற நைச்சிய பாவம் மிகுந்திருக்கும்.

கே. டி. ராஜு, சிரிக்கச் சிரிக்கச் சொல்லிவிட்டு 'பஹ்ஹ்' என்று அவரே சிரித்துக் காட்டுவார்.

எஸ். ராமகிருஷ்ணன் (எஸ். ஆர். கே), ஜெயகாந்தன் போன்றோர் பேசத் தொடங்கினால் இலக்கிய வெள்ளம் தேனாறாகப் பெருக்கு எடுக்கும்.

பி. ராமமூர்த்தியின் உரையில் புள்ளி விபரங்கள் ஒன்றன் பின் ஒன்றாகக் குதிக்கும்.

எஸ். ஏ. முருகானந்தம் வினாவுக்கு மேல் வினாவாகக் கேட்டுக் கொண்டே பேசுவார். "மக்களைக் கசக்கிப் பிழிந்து மகாராஜாக்கள் உல்லாஸ வாழ்க்கை வாழவில்லையா? கேளிக்கைகளில் மிதக்க வில்லையா? மாளிகைக்குள் நீச்சல் குளம் கட்டிக் கொள்ளவில்லையா? அந்தக் குளங்களில் அழகிகளை நிர்வாணமாக குளிக்கச் செய்து கண்ணாடிச் சுவர் வழியே அவர்கள் கண்டு களிக்கவில்லையா?" (மன்னர் மான்யம் ரத்துச் செய்யப்பட்டதை ஆதரித்துப் பேசியபோது...)

வெண்கலக் குரலில் முற்றுப்புள்ளியே இல்லாத சொற்றொடர் களில் தனித்தன்மையோடு விளங்கினார், வி. எஸ். காந்தி.

ஒருவர் போல இன்னொருவர் பேசியது இல்லை!

பேசவும் கூடாது!

கேட்பாளர்களைப் புரிந்துகொள்ளல்

தொடக்கநிலைப் பேச்சாளர்களுக்கு இன்றியமையாத இன்னொரு தேவை கூட்டத்தில் உள்ளவர்களின் ரசனையைப் புரிந்துகொள்ளும் ஆற்றல்.

"என்னுடைய ரசனைக்குத்தான் நான் பேசுவேன்." என்று நினைக்கும் தொடக்கநிலைப் பேச்சாளர் தொடக்க நிலையிலேயே துவண்டு போவார்.

மேடையில் ஏறுவதற்கு முன்பு கூட்டத்தினர் மத்தியில், தொடக்க நிலைப் பேச்சாளர் சென்று வரவேண்டும். கூட்டத்தினர் தங்களுக்குள் ஆங்காங்கே என்ன பேசிக்கொள்கிறார்கள் என்று சாதாரண மனிதனைப் போல காது கொடுத்துக் கேட்க வேண்டும்.

கூட்டத்தில் விவசாயிகள், தொழிலாளர்கள், மாணவர்கள், ஆசிரியர்கள், அரசு ஊழியர்கள் எனப் பலதரப்பட்டவர்கள் இருப்பார்கள்.

பெரும்பான்மையாகக் கூடியிருப்பவர் எவர் என்பதை எடையிட வேண்டும்.

படித்தவர்கள், படிக்காதவர்கள் சதவிகிதத்தைக் கணக்கிட்டுக் கொள்ள வேண்டும்.

மேடையில், ஒலிபெருக்கியின் முன்பு நிற்கும் தொடக்கநிலைப் பேச்சாளர் சில நிமிஷங்களுக்குள் கூட்டத்தினரைத் தன்வயப்படுத்திக் கொள்ளவேண்டும்.

தொடக்கநிலைப் பேச்சாளர்களுக்கு இது சற்றே கடினமான காரியம். முயன்றால் முடியாதது இல்லை.

தொடங்கிய சில நிமிஷங்களிலேயே அவையினரின் கரவொலி களைப் பெறவேண்டும். அந்தச் சில நிமிஷங்களில் அவையினரைக் கவர முடியவில்லையென்றால், பேச்சுப் பாணியை மாற்ற வேண்டும்.

அதாவது, இலக்கிய நடையில் பேச்சைத் தொடங்கி, அது எடுபடவில்லையென்றால், கிராமிய நடைக்கு மாறவேண்டும். 'சீரியஸ்' நடையும் குரலும் எடுபடவில்லையென்றால் சிரிப்பு அலை எழும்பப் பேச்சை மாற்ற வேண்டும்.

அவையினரைத் தன்வயப்படுத்த இயலாமல் பேசிக் கொண்டிருப்பதால் பயனில்லை.

தேர்தல் கூட்டங்கள்

தொடக்க நிலைப் பேச்சாளர், தன்னைச் செழுமைப்படுத்திக் கொள்ள அரிய வாய்ப்பாக அமைவன தேர்தல் பிரச்சாரக் கூட்டங் களாகும்.

தொகுதி முழுக்க அப்போது தான் கூட்டங்கள் இடைவிடாமல் நடைபெறும். நாள்தோறும் மாலை வேளைகளில் தொகுதிக்குள் எங்காவது ஒரு தெருவில், ஒரு கிராமத்தில் கூட்டங்கள் நடந்து கொண்டேயிருக்கும்.

தொடக்கநிலைப் பேச்சாளருக்கு நல்ல வாய்ப்புக்கிட்டும். ஒரே நாளில் ஒன்றுக்கு மேற்பட்ட கூட்டங்களில் பேச நேரிடும். முக்கிய தலைவர் வந்துசேருகின்ற வரையில்கூட, பேச வேண்டி வரும்.

அத்தகைய வாய்ப்புக்களை முறையாகப் பயன்படுத்திக் கொள்ளும் தொடக்கநிலைப் பேச்சாளர், விரைவில் முழுமையாக சொற்பொழிவாளராகத் தேர்ச்சி பெறுவார்.

தேர்தல் கூட்டங்களில் பேசுகிறபோது, "மக்கள்தான் வாக்களிக்க இருப்போர்! அவர்களிடம் நாம் வோட்டுக் கேட்டுக் கையேந்தி நிற்கிறோம்!" என்னும் பணிவே, தொடக்கநிலைப் பேச்சாளரின் நினைவிலும் சொல்லிலும் நிறைந்திருக்க வேண்டும்.

"அடக்கம் அமரருள் உய்க்கும்" என்னும் ஆன்றோர் வாக்கை மனதில் நிறுத்திப் பேசத் தொடங்க வேண்டும்.

தேர்தலில் நின்றால் வென்றுதான் ஆகவேண்டும். எனவே "கூட்டத்திற்குப் போனோம். வோட்டுக்களைச் சிந்தாமல் சிதறாமல் சேகரிக்கத் துணை செய்தோம்!" என்று கூட்ட அமைப்பாளர்கள் நிறைவுகொள்ள வேண்டும்; பாராட்ட வேண்டும்.

"அந்த ஆள் வந்தான்! எதை எதையோ பேசி, நமக்கு வரவிருந்த வோட்டுக்களைக் கெடுத்தான்!" என்னும் வசைச் சொல்லுக்கு பேச்சாளர் ஆளாகக்கூடாது.

"தேர்தலில் ஏன் நிற்கிறோம்? தேர்தல் என்னும் அரசியல் போரில் எங்கள் நிலை என்ன? வெற்றி வாய்ப்பைத் தந்தால் தொகுதி மக்களுக்கு என்ன என்ன செய்வோம்?" என்று விளக்குவதை மாத்திரமே தொடக்க நிலைப் பேச்சாளர், தனது கடமையாகக் கொள்ளவேண்டும்.

எதிர்க் கட்சிக்காரர்கள் ஆத்திரமூட்டும் வகையில் பேசி இருக்கக் கூடும். "அது, திட்டமிட்டு வெட்டப்பட்ட படுகுழி" என்பதை தொடக்க நிலைப் பேச்சாளர் மறந்துவிடக் கூடாது.

எதிரிகள் எழுப்பியுள்ள சவால்கள் பற்றியும் சந்தேகங்கள் பற்றியும் உள்ளூர் தோழர்கள் பதிலளிப்பார்கள்; அல்லது, கூட்டத்தின் பிரதான பேச்சாளரான, மாநில மையத் தலைவர் பதில் கூறுவார்.

வெளியூர்க்காரரான தொடக்கநிலைப் பேச்சாளர் அந்த வகையில் சிக்கக் கூடாது.

"யாரோ ஒருத்தன் வந்தான்... நம்ம ஊர்க்காரங்களை திட்டிட்டுப் போனான்!" என்னும் உள்ளூர் மக்களின் கண்டனத்தைத் தொடக்க நிலைப் பேச்சாளர் பெறலாகாது.

இப்போதெல்லாம் தேர்தல்களில் எந்தக் கட்சியும் தனித்து நிற்பது இல்லை. பிறகட்சிகளோடு கூட்டணி கண்டோ, தொகுதி உடன்பாடு கொண்டோதான் எல்லாக் கட்சிகளும் தேர்தலைச் சந்திக்கின்றன.

எனவே, தேர்தல் கூட்டங்களில், அணிச்சேர்க்கை கொண்ட கட்சிகளின் தொண்டர்களும் இருப்பார்கள்; தலைவர்களும் இருப்பார்கள்.

எனவே, எவர் மனதும் நோகும்படி பேசக்கூடாது.

எம்.ஜி. ஆர் இருந்தபோது, ஒரு சமயம், அவரோடு ஒரே மேடையில், கம்யூனிஸ்ட் தலைவர் எம். கல்யாணசுந்தரம் பேச நேர்ந்தது.

அறிஞர் அண்ணாவுக்கும் தனக்கும் இருந்த நட்பை விவரிக்கப் புகுந்த எம். கல்யாணசுந்தரம் "அண்ணாதுரையும் நானும் அரசியலில்..." என்று பேச்சைத் தொடர்ந்தார்.

கூட்டத்தில் சலசலப்பு.

எம். கே. பேசி முடித்த பின் எம்.ஜி.ஆர். பேசினார். "அண்ணன் எம். கே. வுக்கு என் பணிவான வேண்டுகோள். எங்கள் கூட்டங்களிலாவது அண்ணாதுரை என்று சொல்லாதீர்கள். எங்கள்

மனம் நோகிறது. 'அண்ணா' என்று தயவு செய்து குறிப்பிடுங்கள்'' என்றார் எம். ஜி. ஆர்.

இது தமிழகத்தின் நிலை!

பேராசான் ஜீவானந்தத்தை 'ஜீவா' என்றும் தியாகச் செம்மல் பாலதண்டாயுதத்தை 'பாலன்' என்றும் மேடையிலும் தனி உரையாடலிலும் கூப்பிட்டுப் பழகிய கம்யூனிஸ்டுகளுக்கு இந்த நிலை வியப்பானதுதான்.

அண்மையில், புத்தக வெளியீட்டு விழாவொன்றில் கலந்து கொண்ட கலைஞர் கருணாநிதியை, கூட்ட அமைப்பாளர், "தி.மு.க. தலைவர் திரு. மு. கருணாநிதி அவர்களே..." என்று குறிப்பிட்டார். கூட்டத்தில் பெரும் கூச்சல், குழப்பம், "டாக்டர் கலைஞர் என்று சொல்!'' என்னும் கூக்குரல்!

இது போன்ற கூக்குரல் தேர்தல் கூட்டங்களில் எழுந்தால் கூட்டணிக்குப் பாதகமாகவே அமையும்.

கூட்டணிக் கட்சிகளின் தலைவர்களை, அவர்களது தொண்டர்கள் எவ்வாறு குறிப்பிடுகிறார்களோ அவ்வாறே குறிப்பிடத் தொடக்க நிலைப் பேச்சாளர்கள் பயின்றுகொள்ளுதல் வேண்டும்.

தேர்தல் கூட்டங்களில் மட்டுமல்லாமல் அனைத்துக் கட்சிகளின் கூட்டங்களில் பேசும்போது கூட இந்த நாகரீகத்தையே கடைப் பிடிக்க வேண்டும்.

தேர்தல் கூட்டத்தில் பேசுகின்ற தொடக்கநிலைப் பேச்சாளர், கட்சியின் மாநிலத் தலைமை வெளியிடும் 'தேர்தல் அறிக்கை' மற்றும் 'தேர்தல் பிரகடனம்' போன்றவற்றைத் தெளிவாகப் பயின்று, தேர்ந்து பேச முற்பட வேண்டும்.

தேர்தல் களத்தின் கடைசி கட்டத்தில் பேசுகின்றபோது அரசியல் நையாண்டிகளைக் கைவிட்டு தேர்தல் அறிக்கை பற்றி விளக்கிக் கூறியும் 'மகத்தான' வாக்குகளைக் கோரியும் பேசவேண்டும்.

இலக்கிய மேடையில்...

எந்த மேடையில் ஏறினாலும், எந்த அவையில் நின்றாலும் அந்த மேடையை, அந்த அவையை ஈர்க்கவல்ல திறமை பெறவேண்டும்.

அப்படித்தான் -

ப. ஜீவானந்தம்,

சே. பாலதண்டாயுதம்,

எஸ். ராமகிருஷ்ணன்,

ஜெயகாந்தன்

-போன்றோர் பிரகாசித்தார்கள்.

சேரன் செங்குட்டுவனின் தோள் வலிமையையும், புறநானூற்றின் வீர வரிகளையும் அகநானூற்றின் காதல் காட்சிகளையும் பேசுவது தான் இலக்கியக் கூட்டங்கள் என்று இழிந்து கிடந்த தமிழ் இலக்கிய மேடையில் புதுமையையும் புரட்சியையும் தோற்றுவித்தவர்கள் இவர்கள்.

"பேச்சுக் கலையைப் பாருங்கள்! எத்தனை வளத்துடனும் வேகத்துடனும் வளர்ந்திருக்கிறது?" என்று வியந்து பாராட்டிய ஜீவா, மானுடம் பாடிய கம்பனையும், வள்ளுவனையும், இளங்கோவையும் புதிய பார்வையில் இலக்கிய மேடைகளில் உலவவிட்டார்.

"நமக்கு வழிகாட்டி பாரதி; பாரதி என்ன சொன்னான்? முன்பு உள்ளவற்றை எடுத்துக்கொள்; காலத்துக்கு ஏற்ற புதிய நூல்களைச் செய் - "வேதம் புதுமை செய்" - என்றான். இந்தப் பரம்பரைப் போக்கை விட்டுவிட்டு, பட்ட மரத்தைப் பசுமரம் என்கிற போக்கு - செத்த சவத்திற்கு உயிரூட்டும் போக்கு, ரிவைவலிஸம், தலை தூக்குகிறது. இதை எதிர்த்துப் போராட வேண்டும்." என்று நமது இலக்கிய வாதிகளுக்குக் கட்டளை யிட்டார் ஜீவா. "நமது இலக்கியமும் சரி, எழுத்தறியா இலக்கியமும் சரி, ஒரு மாபெரும் கலைக் களஞ்சியமாகும்" என்று நினைவூட்டினார். "சமாதானம், ஜனநாயகம், சோஷலிஸம், நாட்டு முன்னேற்றம் என்ற லட்சியப் பாதையில்

தமிழ்மொழி, கலை - இலக்கியம் போன்ற எல்லாத் துறை களையும் வளர்த்தெடுப்ப"தற்காக தமிழ்நாடு கலை இலக்கியப் பெருமன்றம் என்னும் அமைப்பை உருவாக்கினார், ஜீவா.

அந்த வழிகாட்டலில் பாலதண்டாயுதமும் எஸ். ராமகிருஷ்ணனும் ஜெயகாந்தனும் மேலும் பல இளைஞர்களும் தமிழக இலக்கிய மேடைகளில் புரட்சிகரச்சுடரை உயர்த்திப் பிடித்தனர்.

இலக்கியக் கூட்டங்களில் பேச விரும்புகிற இளைஞர்கள் இந்த வரலாற்றைத் தெரிந்துகொள்ள வேண்டியது முதல் கடமை யாகும்; "மகத்தானதோர் பாரம்பரியத்தின் வாரிசே நான்!" என்னும் பெருமிதம்கொள்ள வேண்டும்.

இந்தப் பெருமிதம் 'சும்மா' வந்துவிடாது. பண்டைய இலக்கியம், இடைக்கால இலக்கியம், சமகால இலக்கியம் ஆகியவற்றில் பெற்றுள்ள படிப்பறிவு மட்டுமே இந்தப் பெருமிதத்தைப் பெற்றுத்தரும்.

பட்டறிவை வைத்துக்கொண்டு இலக்கியக் கூட்டங்களில் தலைமை கொள்ள இயலாது.

இலக்கிய மேடைகளில் பேச விரும்புவோர், இலக்கியக் கூட்டங் களின் கலைஞராகவும் இருத்தல் வேண்டும். பிறர் நடத்துகின்ற இலக்கிய நிகழ்ச்சிகளின் பார்வையாளராக இருப்பவர், பிறரிலிருந்து தான் வேறுபட்டு புதுமையாகச் சிந்திக்கின்ற ஞானத்தைப் பெற முடியும்.

எந்தப் பொருள் பற்றிப் பேச வேண்டுமோ அது குறித்த நூல்களைப் படித்து, குறிப்பு எடுத்து, பேச்சைத் தயாரித்துக்கொள்ள வேண்டும்.

'இலக்கியக் கூட்டம்' என்பது தற்காலத்தில் 'பட்டி மன்றம்' மட்டுமே என்று குறுகிப் போய்விட்டது.

ஐம்பதுகளின் கடைசியில் அறுபதுகளின் தொடக்கத்தில் பட்டிமன்றங்களுக்கு புதிய மரியாதையை ஏற்படுத்தியவர் - தவத்திரு குன்றக்குடி அடிகளார் ஆவார்கள்.

எழுபதுகளில், மார்க்சிய, லெனினிய கருத்துக்களை பாரதியின் வெளிச்சத்தில் பட்டிமன்ற வாதிடுபொருளை உருவாக்கி, படித்தோர் பாமரர் பாகுபாடின்றி மக்களிடையே பெரும் வரவேற்பைப் பட்டிமன்றக் கூட்டங்களுக்கு ஏற்படுத்தியவர் அவர்தான்.

வாதிடு பொருளில் வாத எதிர் வாதங்களை யூகித்து அவற்றுக்குரிய பதிலையும், தயாரித்துக் கையில் வைத்துக்கொண்டு தான் பட்டிமன்ற நடுவர் பீடத்தில் அடிகளார் அமருவார்.

சுருங்கச் சொன்னால் -

பட்டிமன்றக் கூட்டத்தை நெறிப்படுத்தினார்; அதற்குப் புதுமை சேர்த்தார்.

சராசரி, இலக்கியக் கூட்டங்களில் பேசுவதைப் போல பட்டிமன்றத்தில் பேசிவிட முடியாது.

பதினைந்து நிமிடம் என்றால் பதினைந்து நிமிடம்! பத்து நிமிடம் என்றால் பத்து நிமிடம்.

அதற்குள், 'பட்டி மண்டபப் பாங்குணர்ந்து' அணிகளில் வாதிடுவோர் தொடக்க உரை, பதிலுரை, தொகுப்புரையை முடித்துக்கொள்ள வேண்டும். இவ்வளவையும் கேட்பாளர்கள் சலிப்புற்று, விடாவண்ணம் கூர்மையாகவும், நகைச்சுவையாகவும் பேச்சாளர் பேசியாக வேண்டும். எனவே, தயாரிப்பு இல்லாமல், பேச்சாளர் வாய்ச்சாலகம் பண்ணிவிட்டு வரக் கூடாது.

இந்த நியதி அடிகளாரின் பட்டிமன்றக் கூட்டங்களில் பேச்சாளராலும் நடுவராலும் கண்டிப்பாகப் பின்பற்றப்பட்டது.

இப்போது, எல்லாமே தலை கீழ்!

பட்டிமன்றக் கூட்டம் என்பது, 'ஸ்பெஷல்' நாடக மேடை பபூன்களின் மண்டபம் ஆகிவிட்டது.

அடிகளார், அறிமுகப்படுத்திய பட்டிமன்றப் பேச்சாளர்களான பேராசிரியர்கள் பலர், 'ஸ்பெஷல்' நாடக மேடை காண்ட்ராக்டர்களாக மாறிப்போனார்கள்.

ஒரூரில் "வள்ளி திருமணம்" ஸ்பெஷல் நாடகம் நடத்துவது என்றால் அந்த ஊர்க்காரர் முதலில் முருகன் வேடதாரியான ராஜபார்ட் நடிகரிடம் போவார். அந்த ராஜபார்ட் நடிகர், கும்பகோணம் ஸ்திரீபார்ட் நடிகைக்கும் புதுக்கோட்டை பபூனுக்கும் மதுரை நம்பிராஜனுக்கும் சிபாரிசு செய்வார்.

அதேபோல, இப்போது அணித்தலைவராக வாதிட ஒரு பேராசிரியரை அழைக்கச் சென்றால், அவரே, தனது அணியிலும் எதிரணியிலும் வாதிடுவோர் பட்டியலைக் கொடுத்து, மொத்தமாக ஒரு 'ரேட்' பேசி முடிவு செய்கிறார்.

"திருப்பூரில் நாங்கள் வெற்றி பெறுகிறோம். பொள்ளாச்சியில் நீங்கள் வெற்றி பெறுங்கள்!" என்று அவர்களுக்குள் ஒப்பந்தம் செய்துகொள்கிறார்கள். இந்த ஒப்பந்தத்தை செயல்படுத்து கிறவராக ஓய்வுபெற்ற பேராசிரியர் ஒருவரை நடுவராக நியமித்துக்கொள்கிறார்கள்.

அப்புறம் -

மேடைகளில் வாய்க்கு வரும் பபூன் தமாஷ்கள்!

தான் வளர்த்துவிட்ட பேராசிரியப் பபூன்களை நினைத்து அடிகளாரே சோர்ந்து போய்விட்டார்!

எனவே, வாதிடும் பொருளுக்கு யார் நேர்மையாகப் பேசுகிறார் களோ அவர்களது பட்டிமன்றங்களை மட்டுமே இப்போது, அடிகளார், ஊக்குவிக்கிறார்; அவற்றில் மட்டுமே கலந்துகொள்கிறார்.

தொடக்க நிலைப் பேச்சாளர், அத்தகைய பபூன்களின் பட்டிமன்றம் நடக்கும் திசைநோக்கிப் படுக்காதிருப்பதே சாலச் சிறந்தது!

தனது ஆர்வத்தை, இலக்கிய விமர்சனக் கூட்டங்கள், ஆராய்ச்சி அரங்குகள் போன்றவற்றில் பங்கு பெறுவதன் மூலம் பூர்த்தி செய்து கொள்ளலாம்.

ஆய்வு அரங்கக் கூட்டங்களில் கலந்துகொள்பவர்கள் தமது உரைகளைக் கட்டாயம் கட்டுரையாக (Seminar paper) வடித்துக் கொள்ள வேண்டும். ஆனால், பேசும்போது அதன் அடிப்படையில் பேச வேண்டுமே தவிர, வரிக்கு வரி படித்துக்கொண்டிருத்தல் கூடாது. படித்துக்கொண்டிருந்தால் பார்வையாளர்கள் தங்களுக்குள் பேசத் தொடங்கிவிடுவார்கள்.

மணவிழா வாழ்த்து

சம்பிரதாயத் திருமணம் என்றாலும், பதிவுத் திருமணம் என்றாலும், சீர்திருத்தத் திருமணம் என்றாலும் ஒலிபெருக்கியுடன் வாழ்த்துரை மேடை அமைப்பது இப்போது வாடிக்கையாகி விட்டது.

மணநாள் வாழ்த்து அரங்கை அரசியல் பிரச்சாரத்துக்குப் பயன்படுத்தும் வழக்கத்தை 1976 எமர்ஜென்ஸி காலத்தில் தொடங்கி இன்றளவும் தி. மு. கழகம் கடைப்பிடித்து வருகிறது.

மணநாள் வாழ்த்துரைக்க, தமிழ்ப் புலவர்களை அழைத்தால் 'வள்ளுவரும் வாசுகியும் போல, வீணையும் நாதமும் போல, நகமும் சதையும் போல' மணமக்கள் வாழவேண்டியதன் அவசியத்தைக் குறித்து நீண்டதோர் சொற் பெருக்காற்றத் தொடங்கிவிடுவார்கள். அவர்களைச் சொல்லிக் குற்றமில்லை! எப்போதாவது ஒரு முறைதான் அவர்களுக்கு மேடையும் ஒலிபெருக்கியும் கிட்டுகிறது.

எல்லோருமே ஒன்றை மறந்துவிடுகிறார்கள். மணமக்களின் சுற்றமும் நட்பும் மதிய உணவுக்கோ, மாலைச் சிற்றுண்டிக்கோ செல்ல வேண்டிய பரபரப்பில் இருப்பார்கள் என்பதை மறந்துவிடுகிறார்கள். திருமணக் கூடத்தில், உறவினர் ஆற்ற வேண்டிய சம்பிரதாயங்களில் அமைதி குலைந்து போய்விடும்.

வாழ்த்துரையை அவர்கள் லட்சியம் செய்வதில்லை.

மணவிழாவொன்றில் நடந்த உண்மைச் சம்பவம் இது.

ஒரு சோபாவில் மணமக்கள், அவர்களைச் சுற்றி, அவர்களுக்கு மிகவும் வேண்டப்பட்ட உறவுக்கார மகளிர்.

மணமகனின் மாலையையும் சிகை அலங்காரத்தையும் சீர் செய்ய அவனைச் சூழ்ந்து சில ஆண்கள்.

மணமகளின் மாங்கல்யத்தையும், பட்டாடையையும் நகைகளையும் முறைப்படுத்த அவளைச் சுற்றி சில பெண்கள்.

இவர்களுக்குள் கேலியும், கிண்டலுமான உரையாடல்கள்.

சற்றே தள்ளி சில இருக்கைகள். அவற்றில் வாழ்த்துரையாளர்கள். ஒலிபெருக்கியின் முன்னே நின்று ஒரு பிரமுகர் வாழ்த்துரை நல்கிக்

கொண்டிருக்கிறார். அவரைப் பொறுத்தமட்டில் சிறப்பான செந்தமிழ் உரை...

கல்யாண வீட்டுக்காரர் ஒருவர் ஓடிவந்து ஒலிபெருக்கியை வாங்கி (பிடுங்கி) "மணமக்களுக்கு அன்பளிப்புச் செய்பவர்கள் மேடைக்கு வந்து அன்பளிப்பு அளிக்கலாம்!" என்னும் அறிவிப்பை ஒருமுறைக்கு மூன்று முறை உரக்க அறிவித்துவிட்டு "தலைவரே நீங்க பேசுங்க!" என்று கூறி ஒலிபெருக்கியை ஒப்படைக்கிறார்.

பிரமுகர் மீண்டும் தனது பேருரையை நிகழ்த்திக் கொண்டிருக்கும் போது, ஒரு கும்பல் அருகே வருகிறது.

"மணமகளின் தாய்மாமன் தருமலிங்கம் ரூபாய் முன்னூறு."

"மேட்டுத் தெரு ராமலிங்கம் மணமகனுக்கு ரூபாய் ஐம்பது அன்பளிப்பு!"

இவ்வாறு பத்துப் பதினைந்து பேர் தங்களது பத்து ரூபாய் பதினைந்து ரூபாய்களை விலாசங்களுடன் கூறிமுடித்ததும் ஒலிபெருக்கி மீண்டும் பிரமுகரின் கட்டுப்பாட்டுக்குள் வருகிறது.

பிரமுகர் தனது பேருரையைப் புன்முறுவலுடன் தொடருகிறார்.

சில நிமிடங்களில் இன்னொருவர் வியர்வைப் பெருக்கோடு வருகிறார். "மாடியில் மதிய உணவு பரிமாறப்படுகிறது. அனைவரும் விருந்துண்டு செல்ல வேண்டுகிறேன்!" என்று ஒலி பெருக்கியில் அறிவிக்கிறார்.

பிரமுகர் தனது வாழ்த்துரையை மீண்டும் தொடர்ந்து 'ஆற்றி' முடித்த போது, திருமணக்கூடத்தில் நாலைந்து பேர் மட்டும் உண்ட களைப்பில் உருண்டு கொண்டிருந்தனர்.

இந்த உண்மைச் சம்பவத்தால் அறியக்கிடப்பது யாதெனில் - மணநாள் விழாவில் வாழ்த்துரைக்க வருபவர்கள் சுருக்கமாகத் தனது வாழ்த்தைச் சொல்லத் தெரிந்திருக்க வேண்டும் என்பதே யாகும்!

மணவாழ்த்துக் கூறப்போகின்ற 'முற்போக்கான' சிலர், குடும்பம் - தனிச்சொத்து ஆகியவற்றின் தோற்றம் வளர்ச்சி குறித்து மார்க்சிய லெனினிய வெளிச்சத்தில் மணமக்களுக்குச் சொல்லியே ஆகவேண்டும் என்று நினைக்கின்றனர். அது குறித்து தத்துவார்த்த உரையாற்ற அரசியல் - தத்துவார்த்த வகுப்புக்களைப் பயன்படுத்தலாம் என்பதை மறந்து மணவிழாவில் பேசத் தொடங்கிவிடுகின்றனர்.

மணவிழாவில், "மணமக்கள் வளமோடும் நலமோடும் வாழ்க" என்று விளக்குவதைவிட சிறந்த வாழ்த்துக் கிடையாது!

சிலர், மணமக்களுக்கு அறிவுரை நல்கத் தொடங்கிவிடுகிறார்கள்!

மணமகன் கம்யூனிஸ்ட் இயக்கத்தைச் சேர்ந்தவன் என்றால், "இன்று எங்கள் தோழர் கரம் பிடித்து வாழ்க்கையில் இணையும் தோழியர் சகுந்தலா, வர்க்கப் போரில் ஈடுபட்டு, அந்தப் போருக்கு எதிர்காலத்தில் புரட்சி வீரர்களை ஈன்று தர வேண்டும்!" என்று, சிலர் புரட்சிகர வாழ்த்துச் சொல்லிப் பேசுகிறார்கள்!

புதுவாழ்வைத் தொடர, புது வசந்தத்தை நுகர, மணவிழாக் காணுவோரிடம் சென்று "போர்! போராட்டம்!" என்று பயமுறுத்தலாமா?

"காதல் ஒருவனைக் கைப்பிடித்து அவன் காரியம் யாவினும் கைகொடுத்து வாழ்க!" என்று கூறினால் இன்பத் தேன் வந்து காதில் பாயாதா?

நேரம் வாய்த்தால், கல்யாண விருந்தினரும் காதுகொடுத்துக் கேட்பவர்களாக இருந்தால், கார்ல் மார்க்ஸ் - ஜென்னி; லெனின் - குரூப்ஸ்காயா; பாரதி - செல்லம்மாள், காந்திஜி - கஸ்தூரி பாய்; நேருஜி - கமலா; பி. சி. ஜோஷி - கல்பனா தத் போன்றோரது மண வாழ்வுகளிலிருந்து அன்பு மயமான, மென்மையான நளினமான சம்பவங்களை கதைபோலக் கூறலாம்.

ஒழுக்கம் மிகுந்த வாழ்வில் மிகக் கண்டிப்பும், பிற மகளிர் விஷயத்தில் கணவர்கள் கண்ணியமாக நடந்துகொள்ள வேண்டும் என்பதில் கறாரான கருத்தும் கொண்டிருந்த கார்ல் மார்க்ஸ் "குடும்ப வாழ்வில் தான், மனிதன், தன்னையும் இந்த உலகையும் காண முடியும்!" என்னும் கொள்கையைக் கொண்டிருந்தார் என்பதையும் பொதுத் தொண்டு என்ற போர்வையில் குடும்பத்தைத் துறந்துவிடாமல், தன்னுடைய இன்ப துன்பங்களில் குடும்பத்தையும் கூடவே அழைத்துச் சென்றார் என்பதையும், காதல் மனைவி ஜென்னி - மார்க்ஸ், காலமான 15-வது மாதத்தில், மார்க்ஸ், தனது வாழ்க்கையையும் முடித்துக்கொண்டார் என்பதையும் மணவாழ்த்துரையில் மனமுருகக் கூறலாம்.

"சில்லறைத் தொந்தரவுகள் எனது மண உறுதியைக் குலைத்து விட்டன என்று கருத வேண்டாம். நான் மட்டும் தனித்து நின்று எனது குடும்பப் போராட்டத்தை நடத்தவில்லை. ஒரு

சில பாக்கியசாலிகளில் நான் ஒருத்தி, நான் அதிர்ஷ்டசாலி. ஏனென்றால் எனது கணவர் என் வாழ்வின் மூலாதாரம், என் பக்கத்தில் இன்னமும் இருக்கிறார்" என்று ஜென்னி மார்க்ஸ் வாழ்ந்த காலத்திலேயே தனது நண்பருக்கு எழுதியதை மண வாழ்த்துரையில் கம்பீரத்தோடு கூறலாம்.

காதல் ஒருவனைக் கைப்பிடித்து அவன் காரியம் யாவினும் கை கொடுத்து வாழ்ந்த குரூப்ஸ்காயா (லெனினது துணைவியார் வாழ்ந்த மாண்புமிகு வாழ்க்கையைக் கூறலாம். சேர்ந்து வேலை செய்வது அவர்களுக்குப் பிடித்திருந்தது என்பதையும் இருவரும் காட்டுக்கோ, ஷூஷா ஆற்றங் கரைக்கோ உலாவப் போவார்கள் அல்லது தொலைவில் ஓடிய யெனிஷேய் ஆற்றுக்கோ செல்வார்கள் என்பதையும் காதலர்களான அவர்கள் வாழ்க்கையை இன்பமாகக் கழித்தார்கள் என்பதையும், லெனின் மறைவுக்குப் பிறகு அவரது பணிகளை குரூப்ஸ்காயா தொடர்ந்து மேற்கொண்டார் என்பதையும் மணவிழா உரையில் கூறலாம்.

"தேடக் கிடையாத சொர்ணமே! உயிர்ச் சித்திரமே! மடவன்னமே!" என, மனைவி மீது பாடல் எழுதி, "கட்டியணைத் தொரு முத்தமே தந்தால் கைதொழுவேன் உனை நித்தமே!" என்று மன்றாடிய மகாகவி பாரதியார் பற்றியும்; பாரதியிடம் அன்னை நிவேதிதா தேவியார், "மகனே! ஆண்களில் அனேகம்பேர் படித்தவர்களாயிருந்தும், ஒன்றும் அறியாத சுயநல வெறிகொண்டவர்கள். பெண்களை அடிமைகள் என மதிப்பவர்கள். உன் போன்ற அறிவாளிகள்கூட இப்படி அறியாமையில், மூழ்கி, பெண்களுக்கு சம உரிமையும் தகுந்த கல்வியும் கொடுக்காவிட்டால், நாடு, சீர்திருத்தம் அடைவது எப்படி? இனி மேலாகிலும் உன் மனைவியைத் தனி என்று நினைக்காமல் உனது இடது கரம் என்று மதித்து மனதில் அவளை தெய்வம் எனப்போற்றி நடந்து வருதல் வேண்டும்!" என்று கூறியதை, மண வாழ்த்துரையில் சொல்லலாம்.

'பின் தூங்கி, முன் எழும்' கற்புக்கரசிகள் பற்றியும் அவர்கள் 'தற்காத்து, தற்கொண்டார்ப் பேணி, சொற்காத்து, சோர்வில்லாமல்' கணவனுக்குப் பணிவிடைகள் செய்வது பற்றியும் தமிழ்ப் புலவர்கள் தங்களுக்குள் பேசி மகிழட்டும்!

மணவாழ்த்தின் போது, மறந்தும் கூட திருவள்ளுவர் குறளின் 'வாழ்க்கைத் துணை நலம்' அதிகாரத்தைப் பேசக் கூடாது. இரண்டாயிரம் ஆண்டுகளுக்கு முன்பு நிலவிய வாழ்க்கைச் சூழலில்

திருவள்ளுவர் எழுதிய அந்தக் கருத்துக்கள் இன்று ஏற்புடையன அல்ல. அதற்காக, மணவிழா உரையில் வள்ளுவரைச் சாடுவது கூடாது.

நேரம் வாய்த்தால், கல்யாண விருந்தினரும் காதுகொடுத்துக் கேட்பவர்களாக இருந்தால், புத்திமதி கூறுவது போலல்லாமல், இன்றைய வாழ்வில் 'இல்லற தர்மம்' முற்றிலும் மாறியிருப்பதைக் கூறலாம்.

கணவனும், மனைவியும் வேலைக்குப் போகிறவர்களாக மாறியுள்ள சூழலில் குடும்ப நிர்வாகத்தில்கூட இருவருக்கும் சமமான கடமைகளும் சுமைகளும் ஏற்பட்டுள்ளதைச் சொல்லலாம். சமையல் வேலையிலும் குழந்தைப் பராமரிப்பிலும் சமமான பொறுப்புகள் ஏற்க வேண்டியுள்ளதைக் கூறலாம். உத்யோகத்துக்குப் போகிற கணவன் மீது மனைவி எத்தகைய நம்பிக்கை கொண்டுள்ளாளோ, அவ்வாறே, உத்யோகத்துக்குப் போகிற மனைவியையும் கணவன் மதிக்க வேண்டியதன் அவசியத்தை நளினமாக எடுத்துச் சொல்லலாம்.

இரங்கல் உரை

"**1883**-ஆம் ஆண்டு மார்ச் மாதம் 14-ஆம் நாள் பிற்பகல் இரண்டே முக்கால் மணிக்கு, உலகின் மாபெரும் சிந்தனையாளர் - கார்ல் மார்க்ஸ் - சிந்திப்பதை நிறுத்திவிட்டார். கடைசி சமயத்தில் சுமார் இரண்டு நிமிட நேரம்தான் இவரைத் தனியாக விட்டு வைத்திருந்தோம். திரும்பச் சென்று பார்க்கிறபோது, இவர் தனது இருக்கையில் அமைதியாகத் தூங்கிக்கொண்டிருந்தார். இதுவே இவரது கடைசி உறக்கம்..."

"தங்களுடைய வாழ்க்கைக்காகப் போராடிக் கொண்டிருக்கின்ற ஐரோப்பிய அமெரிக்கத் தொழிலாளர்க்கும் உலகின் பிற பகுதிகளின் தொழிலாளர்களுக்கும், சாத்திர பூர்வமான ஆராய்ச்சிக்கும் இவருடைய மரணத்தினால் எவ்வளவு பெரிய இழப்பு என்பதை இப்போது அளந்து கூற முடியாது. இந்த மகத்தான சக்தி மரணமுற்றதால் உலகத்திற்கு எவ்வளவு பேரிழப்பு என்பதை நாம் சீக்கிரத்தில் உணரப் போகிறோம்..."

"மனிதன் எப்படிப் படிப்படியாக வளர்ச்சியடைந்தான் என்பதை டார்வின் கண்டுபிடித்தார். மானிட சாதியின் வரலாறு எப்படிப் படிப்படியாக வளர்ச்சியடைந்தது என்பதை கார்ல் மார்க்ஸ் கண்டுபிடித்தார். அரசியல், அறிவியல், கலை, மதம் முதலியவற்றில் கவனம் செலுத்துவதற்கு முன்னர் மனிதர்கள் உண்ண வேண்டும்; நீரருந்த வேண்டும்; நிழலில் இருக்க வேண்டும்; உடுக்க வேண்டும். எனவே, இந்த அன்றாடத் தேவைகளுக்கான பொருள்களை உற்பத்தி செய்துகொள்வது அவசியமாகிறது. இதற்குத் தகுந்தாற்போலத்தான் ஓரினத்தினுடைய, அல்லது, ஒரு காலத்தினுடைய பொருளாதார அமைப்பு இருக்கும். இந்தப் பொருளாதார அமைப்பை அடிப்படையாகக்கொண்டே, மேற்படி இனத்தினுடைய அல்லது காலத்தினுடைய ராஜீய ஸ்தாபனங்கள், சட்டக் கொள்கைகள், கலைகள், மதக் கோட்பாடுகள் முதலியன அமையும்."

"இந்த அடிப்படையை ஆதாரமாகக் கொண்டுதான் மேற்குறித்த ராஜீய ஸ்தாபனங்கள் முதலியவற்றுக்கு வியாக்கியானம் செய்ய வேண்டும். இந்தச் சரித்திர உண்மை கார்ல் மார்க்ஸ் காலத்துக்கு

முன்னால் லட்சியக் கனவுலகில் மறைந்து கொண்டிருந்தது. இந்த உண்மையை அறிஞர்கள் விபரீதமாக வியாக்கியானம் செய்து கொண்டிருந்தார்கள். அது மட்டுமல்ல, இன்றைய முதலாளித்துவத்தின் கீழ் 'உற்பத்தி முறை எப்படி வளர்ச்சியடைந்திருக்கிறது? இதில் இருந்து எப்படி முதலாளியக் கூட்டத்தினர் தோன்றினர்?' என்பதையும் மார்க்ஸ் கண்டுபிடித்தார்.

"பொருளுற்பத்தி முறையில் 'உபரி மதிப்பு' என்னும் புதிய அம்சத்தை, மார்க்ஸ் கண்டுபிடித்த பிறகு, பொருளியல் அறிஞர்கள் இதுகாறும் எந்த இருளில் சென்றுகொண்டிருந்தார்களோ அந்த இருள் அகன்று வெளிச்சம் உண்டாயிற்று. இந்த மாதிரியான இரண்டு ஆராய்ச்சிகளைச் செய்தாலே ஒரு வாழ்க்கை முழுமையுற்று விடும். ஓர் ஆராய்ச்சியை மட்டும் பூர்த்தி செய்தவர்களை அதிர்ஷ்டசாலிகள் என்றே சொல்ல வேண்டும். ஆனால், மார்க்ஸ், பல துறைகளில் ஆராய்ச்சி செய்திருக்கிறார். இந்த ஆய்வுகளில் ஒன்றுகூட மேலோட்டமானதல்ல. கணித சாத்திரம் உள்ளிட்ட இந்த மாதிரியான ஆராய்ச்சிகளின் மூலமாக புதிய புதிய உண்மைகள் பலவற்றைக் கண்டுபிடித்து, கார்ல் மார்க்ஸ், வெளியிட்டிருந்தார்.

"மார்க்ஸ்" ஓர் அறிவியல் மேதை. அப்படிச் சொல்லிவிட்டதனால் மார்க்ஸை நாம் முழுமையாகத் தெரிந்துகொள்ள முடியாது. மார்க்ஸைப் பொறுத்தமட்டில் விஞ்ஞானம் என்பது சிருஷ்டிக்கும் தன்மை வாய்ந்த, வரலாற்று ரீதியிலான ஒரு புரட்சிகர சக்தி. தத்துவ அளவில் எந்த உண்மையை இவர் கண்டுபிடித்தாலும் அதற்காக, இவர், மகிழ்ச்சியடைந்தார். ஆனால், அதைவிட அதிகமான சந்தோஷம் இவருக்கு எப்பொழுது உண்டாயிற்று என்றால் தொழில் வளர்ச்சி, வரலாற்று வளர்ச்சி முதலியனவற்றில் புரட்சிகரமான மாற்றங்களை உண்டுபண்ணக்கூடிய உண்மைகளைக் கண்டுபிடித்தபோதுதான். உதாரணமாக இவர், மின் சக்தியைப் பற்றிய ஆராய்ச்சி விஷயத்திலும் மார்ஷெல் டெப்ரே என்பார் உழைப்பிலும் அதிகமான சிரத்தை காட்டி வந்தார்.

"எல்லாவற்றுக்கும் மேலாக மார்க்ஸ் ஒரு புரட்சியாளர். முதலாளியத்தின் கீழ் ஏற்பட்டிருக்கிற சமுதாய அமைப்பு, அதனால் சிருஷ்டிக்கப்பட்ட ராஜீய ஸ்தாபனங்கள் ஆகியவற்றை வீழ்த்துவதற்காக எந்த வகையிலாவது, யாருடனாவது ஒத்துழைக்க வேண்டும் என்பதும், அப்படியே இன்றைய தொழிலாளர் வர்க்கத்துக்கு விடுதலை தேடிக்

கொடுக்க எவ்வகையிலும் யாருடனும் ஒத்துழைக்க வேண்டும் என்பதும் இவருடைய வாழ்வின் மிகச் சிறந்த நோக்கங்களாயிருந்தன. தொழிலாளர்களுக்கு சமூகத்தில் ஓர் அந்தஸ்து உண்டென்பதையும், அவர்கள் விடுதலை பெறுவதற்கு அவர்களது நிலைமையை அவர்கள் உணர்ந்துகொள்ள வேண்டும் என்பதையும் முதன் முதலாக எடுத்துக் காட்டியவர் கார்ல் மார்க்ஸ்தான்...

"போராடுவது சுபாவத்திலேயே மார்க்ஸுக்கு அமைந்திருந்தது. உற்சாகத்தோடும் உறுதியோடும் இவர் போராடினார்; வெற்றியும் பெற்றார். ஒரு சிலருக்குத்தானே இந்த வெற்றி வாய்க்கிறது? பத்திரிகை களுக்குப் பல கட்டுரைகளை இவர் எழுதினார்; தர்க்க ரீதியான பல கட்டுரைகளை எழுதினார். பாரீஸ், பிரெஸ்செல்ஸ், லண்டன் முதலிய நகரங்களில் சங்கங்களை நிறுவினார். இவை அனைத்துக்கும் சிகரமாக சர்வதேசத் தொழிலாளர் சம்மேளனத்தை ஸ்தாபித்தார். இந்த வேலையே ஒரு வாழ்நாள் முழுமைக்கும் போதுமானதாயிருக்கும். இதற்காகப் பெருமை அடைய இவருக்கு நியாயம் உண்டு.

தன்னுடைய காலத்தில், மார்க்ஸ், அதிகமாகத் துவேஷிக்கப் பட்டார்; அதிகமாகத் தூஷிக்கப்பட்டார். முடியரசுகளும் குடியரசு களும் ஆக எல்லா அரசாங்கங்களும் இவரைத் தங்கள் தங்கள் நாட்டினின்றும் நாடு கடத்தின. முதலாளியக்காரர்களில் மிதவாதிகளும் தீவிரவாதிகளும் ஒன்று சேர்ந்து போட்டி போட்டுக்கொண்டு இவரைத் தூற்றினார்கள். ஒட்டடைகளை ஒதுக்கித் தள்ளுவது போல அந்தத் தூற்றல்களை, மார்க்ஸ், அலட்சியமாக ஒதுக்கித் தள்ளினார். அவசியம் ஏற்பட்டபோது தான் அவற்றுக்குப் பதில் கூறினார். ஐரோப்பாவின் கிழக்குக் கோடியிலிருக்கும் ஸைபீரியச் சுரங்கங்களிலும் அமெரிக்காவின் மேற்குக் கோடியிலுள்ள கலிபோர்னியக் கடற்கரை ஓரத்திலும் வேலை செய்து கொண்டிருக்கும் லட்சோப லட்சம் தொழிலாளர்களின் அன்பையும் மதிப்பையும் பெற்றுக் கொண்டு அவர்களைத் துக்கத்தில் தவிக்க விட்டு விட்டு கார்ல் மார்க்ஸ் இறந்துவிட்டார்.

"இவருக்கு எண்ணிலா எதிரிகள் இருந்திருக்கிறார்கள் என்பது உண்மைதான். ஆனால், மனிதனுக்கு மனிதன் என்னும் முறையில் இவருக்கு ஒரு விரோதிகூட இல்லையென்று நான் சொல்லுவேன். கார்ல் மார்க்ஸினுடைய வாழ்க்கையும் உழைப்பும் இன்னலும் அனேக நூற்றாண்டுகளுக்கு உயிருடன் இருக்கும்."

யூதனாகப் பிறந்து, கிறிஸ்துவனாக வாழ்ந்து , மனிதனாக மரணமுற்ற கார்ல் மார்க்ஸின் நல்லடக்கம், லண்டன் ஹைகேட்

இடுகாட்டில், 1883 மார்ச் 17-ஆம் நாள் நடைபெற்ற போது, அவரது நண்பர், தோழர் பிரெடெரிக் எங்கெல்ஸ் ஆற்றிய இரங்கல் உரை இது.

உலகப் புகழ்பெற்ற, உணர்ச்சி மயமான 'இரங்கல் உரை'யாக எங்கெல்ஸின் இந்த அஞ்சலி வரலாற்றில் குறிக்கப்படுகிறது.

இரங்கலுரை நிகழ்த்தும்போது அநாவசியமான சொல் வித்தைகள் செய்யக்கூடாது. அதே சமயம் அஞ்சலிக்குரியவரின் சாதனைகளை சொல்லாது தவிர்க்கவும் கூடாது.

மரியாதைக்கும் அன்புக்கும் உரியவர் மரணமுற்றுவிட்டாரே என்னும் துயரத்தில் திரண்டிருக்கும் மக்களிடையே 'கம்பி மேல் நடக்கும்' கவனத்தோடு பேச வேண்டும்.

சரியாகச் சொல்ல வேண்டுமென்றால் இரங்கல் கூட்டத்தில் கைதட்டல்களை எதிர்பார்த்து குரலில் ஏற்ற இரக்கம் கொடுத்துப் பேசக்கூடாது. திரண்டிருக்கின்ற மக்களின் துயரத்தோடு பங்கு கொள்கின்ற உணர்வே மேலோங்கி இருக்க வேண்டும்.

நன்கு அறிமுகமான பேச்சாளர் ஒருவர்; கைதட்டல்களை எதிர்பார்த்தே மேடையில் ஏறுவார் அவர். இரங்கல் கூட்டம் ஒன்றில் அவர் தனது வழக்கப்படி பேச்சை ஆரம்பித்தார்.

திரண்டிருந்தோர் எரிச்சலுற்றனர், அவர்களில் சிலர், "எங்கே வந்து எப்படிப் பேசுவது என்ற விவஸ்தையே இந்த மனிதனுக்குக் கிடையாதா?" என்று வாய்விட்டே விமர்சனம் செய்தனர்.

இத்தகைய விமர்சனம் எழாதவாறு பேசவேண்டும்.

அதற்காக, நாடக மேடையில் சோகக் காட்சியில் நடிக்கும் நடிகனைப் போல, கண்களைப் பிசைந்து கண்ணீரை வரவழைத்து வித்தை காட்டவும் கூடாது.

ஒரு கட்சியின் தலைவர் திடீர் மரணம் அடைந்தார். அதே கட்சியின் அடுத்த நிலைத் தலைவர் இடுகாட்டு இரங்கல் கூட்டத்தில் பேச வந்திருந்தார்.

எரியூட்டு முடிகிறவரை எல்லோரிடமும் கலகலவென்று 'தமாஷ்' செய்து பேசிக்கொண்டிருந்த அவர், இரங்கல் கூட்டத்தில் உரையாற்றத் தொடங்கிய போது 'பொல பொல' வென்று கண்ணீர் வெடித்துச் சிந்த, தழ தழ குரலில் ஆரம்பித்தார்.

செயற்கையான அவரது பேச்சைக் கேட்டு, அவரை நன்கு அறிந்தவர்களில் சிலர் "நடிக்கிறான் பார் நடிக்கிறான்!" என்று தங்களுக்குள் நையாண்டி செய்தனர்.

எனவே, வேறு எந்த மேடையில், எப்படிப் பேசினாலும் இரங்கல் கூட்டத்தில் மட்டும் மிகுந்த எச்சரிக்கையோடு பேசத் தொடங்க வேண்டும்!.

மேடையில் பேசலாம் வாருங்கள்!

இரண்டாம் பாகம்

எவ்வாறு பேசினார்கள்?

பல்வேறு தோட்டங்களின் மல்லிகைகள்!

நாட்டி லெங்கும் ஸ்வதந்திர வாஞ்சையை
நாட்டினாய் - கனல் - மூட்டினாய்;
வாட்டி யுன்னை மடக்கி சிறைக்குள்ளே
மாட்டுவேன் - வலி - காட்டுவேன்.

கூட்டங் கூடிவந் தேமா தரமென்று
கோஷித்தாய் - எமைத் - தூஷித்தாய்
ஓட்டம் நாங்களெ டுக்கவென் றேகப்பல்
ஓட்டினாய் - பொருள் ஈட்டினாய்.

கோழைப் பட்ட, ஜனங்களுக் குண்மை -
கூறினாய் - சட்டம் - மீறினாய்
ஏழைப் பட்டிங் கிறத்த லிழிவென்றே
யேசினாய் - வீரம் - பேசினாய்.

அடிமைப் பேடிகள் தம்மை மனிதர்கள்
ஆக்கினாய் - புன்மை - போக்கினாய்
மிடிமை போதும் நமக்கென் றிருந்தோரை
மீட்டினாய் - ஆசை - யூட்டினாய்

- வின்ச் துரை, தேசபக்தர் வ. உ. சிதம்பரம் பிள்ளையைக் கேட்பதாக மகாகவி பாரதி எழுதிய இப்பாடல் சொற்பொழிவின் வலிமையைப் படம் பிடித்துக் காட்டுகிறதல்லவா?

ஆம்!

“Agitator = சொற்பொழிவு மூலம் புரட்சிக்கு வித்திடுபவர்! Orator - சொற்பொழிவாளர்” என்று அர்த்தங்கள் கூறுகிறது ஆங்கில அகராதி.

வ. உ. சிதம்பரம் பிள்ளை, சொற்பொழிவுகள் மூலம் புரட்சிக்கு வித்திட்டவர்; அவரது ஆதரவாளரான சுப்ரமணிய சிவா - சொற்பொழிவாளர்.

இருபதாம் நூற்றாண்டின் தொடக்கத்தில் தமிழகம் கண்ட பேச்சாளர்கள் இவர்கள்.

இவர்களை அடியொற்றி வந்தவர் தீரர். எஸ். சத்தியமூர்த்தி.

எஸ். சத்தியமூர்த்தி

'பிரிட்டிஷ்' ஏகாதிபத்தியத்தைத் தனது சொற்பொழிவுகளால் பிடரியைப் பிடித்து உலுக்கியவர் இவர் என்று வரலாறு கூறுகிறது.

மக்கள் தமது மனங்கவர்ந்த 'ஹீரோ'க்கள் பற்றி புனையும் கதைகள் மெய்யே போலத் தோற்றம் பெறும்.

சத்தியமூர்த்தி பற்றியும் அவ்வாறு ஏடறியாக் கதைகள் தமிழகத்தில் இன்றளவும் உலவுகின்றன.

"எங்கள் இந்தியர்கள் ஒரே நேரத்தில் எச்சில் உமிழ்ந்தால் உங்கள் இங்கிலாந்துத் தீவு கடலில் மூழ்கிவிடும்!" என்று சத்தியமூர்த்தி பேசினார் என்றொரு கதை...

இல்லை இல்லை! "எங்கள் இந்தியர்கள் ஒரே நேரத்தில் சிறுநீர் கழித்தால் உங்கள் இங்கிலாந்துத் தீவு கடலில் மூழ்கிவிடும்!" என்று தான் சத்தியமூர்த்தி எச்சரித்தார் என்பார்கள்.

இரண்டுக்குமே அச்சில் ஆதாரமில்லை!

இந்த கற்பனைக் கதைகளால் தீரர் சத்தியமூர்த்தியின் நாவன்மையை நாம் புரிந்துகொள்கிறோம்.

பாரதி பாடல் நூல்களைப் பறிமுதல் செய்தபோது சத்தியமூர்த்தி, சென்னை சட்ட சபையில் ஒத்திவைப்புப் பிரேரணை கொண்டு வந்து, 1928 அக்டோபர் 8-ஆம் தேதியன்று, "...சுப்ரமணிய பாரதி அளிக்கும் செய்தி எல்லா இனங்களின் செய்தி; எல்லாக் கவிஞர்களின் செய்தி; எல்லா தத்துவ ஆசிரியர்களின் செய்தி. எல்லா நாடுகளையும் சேர்ந்த மெய்யறிவாளர்களின் செய்தி. நானிலம் முற்றிலும் நல்லின்பத்தில் ஆழ்தல் வேண்டும் என்பதுதான் நமது தாரக மந்திரம். இந்தியா சுதந்திரத்தோடும் மகிழ்ச்சியோடும் இருக்குமாக; இவ்வுலகிலுள்ள எல்லா நாடுகளும் சுதந்திரத்தோடும் மகிழ்ச்சியோடும் இருக்குமாக. உலகத்துக்கு இந்தச் சமாதானச் செய்தியையும் மனிதர் எல்லோருக்கும் நல்லெண்ணத் தூதையும் போதித்ததற்காகவா, தேசியம் - தேசபக்தி போன்ற உணர்வுகளின் அரிச்சுவடியைக் கூட அறிந்திராத இந்த சென்னை அரசாங்கம், தனது கறை படிந்த கரங்களை இந்தப் புனித இலக்கியத்தின் மீது கைவைக்கத் துணிந்தது?" என்று முழக்கமிட்டதாக சட்டப்பேரவை ஆவணங்கள் சாட்சியம் கூறுகின்றன.

சத்தியமூர்த்தி காலத்தில் தேசிய இயக்கத்தின் பேச்சாளர்களாக முத்துரங்க முதலியார், கோடையிடி குப்புசாமி முதலியார், 'சில்வர் டங்' சீனிவாச சாஸ்திரி போன்றோர் மேடைகளில் முழங்கியதாக வரலாறு கூறுகின்றது.

பெரியார் ஈ. வெ. ரா.

விடுதலைப் போராட்டக் காலத்திலேயே 'வெண்தாடி வேந்தர்' என்றும், 'பெரியார் ராமசாமி நாயக்கர்' என்றும் விழுமிய பெயரோடு விளங்கியவர் பெரியார் அவர்கள்.

மகாத்மா காந்தியின் மதுவிலக்குப் பிரச்சாரம் கேட்டு தமக்குரிய தென்னந்தோப்பையே அழித்தவர் அவர். ஆலயப் பிரவேசப் போராட்டத்தின் போது திருவிதாங்கூர் சமஸ்தானத்தின் விடுதலைப் போராட்ட வீரர்கள் விடுத்த அழைப்பை ஏற்று வைக்கம் நகரில் நடந்த சத்தியாக்கிரகப் போராட்டத்தில் பங்கு கொண்டு 'வைக்கம் வீரர்' என்று புகழப்பட்ட பெரியார் ஈ. வெ. ரா., பின்னாளில் காங்கிரஸ் கட்சிக்குள் வர்ணாஸ்ரம தர்மத்துக்கு இருந்த செல்வாக்கைக் கண்டு மனம் வெகுண்டு, காங்கிரஸை விட்டு வெளியேறினார்; 'சுயமரியாதை' இயக்கத்தைத் தொடங்கினார்.

படிக்காத பாமரர்களுக்குப் புரியும் வண்ணம் மிகப் பெரிய விஷயங்களையும் மிக எளிமையான தனது சொற்பொழிவுகளால் எடுத்துக் கூறினார் தந்தை பெரியார்.

சின்னச் சின்ன வாசகங்களையும், எளிமையான சொற்களையும் பயன்படுத்தி மேடையில் பேசினார்.

எனவே, அவரது சொற்பொழிவுகள் ஏழை எளிய மக்களிடம் விளைவுகளைத் தீப்பொறி போலத் தோற்றுவித்தன.

ஊர் ஊராக, கிராமம் கிராமமாகச் சென்று, வாழ்நாளின் கடைசிக் காலம்வரை சொற்பொழிவுகளை நிகழ்த்தி, லட்சக்கணக்கான மக்களை ஈர்த்த பெரியார் போலப் பிறிதொருவர் இல்லை என்றே சொல்லலாம்.

சோவியத் யூனியனுக்குச் சென்று வந்து, தமிழகத்தில் பொதுவுடைமைக் கருத்துக்களைப் பட்டி தொட்டியெங்கும் பரப்பியவர் தந்தை பெரியார்.

அவரும் ஒரு ஹீரோ; அவரை வியந்தும் ஏடறியாக் கதைகள் பேசப்பட்டன.

நாகப்பட்டணத்தில் பெரியார், பொதுவுடைமைப் பிரச்சாரம் செய்து கொண்டிருந்தாராம். அருகே அவரது மனைவி நாகம்மையார், கூட்டத்தில் ஒருவர் எழுந்து, "உங்கள் மனைவியும் பொதுவுடைமை தானா?" என்றொரு குறும்புத்தனமான கேள்வியைக் கேட்டாராம். "முயற்சி செய்து பார்... என்ன கிடைக்கிறதோ, அதை வாங்கிக்கொள்!" என்றாராம் பெரியார்.

பெண்ணடிமைத்தனத்தை எதிர்த்தும், மூட நம்பிக்கைகளைக் கண்டித்தும் கிராமம் கிராமமாகப் பிரச்சாரம் செய்தார் பெரியார்.

'சொற்பொழிவும் நல்லதொரு வியாபாரம்' என்னும் கலாச்சாரச் சீரழிவு தமிழகத்தில் தலைதூக்கிய போது, அந்தச் சமுதாயத் தீங்கை எதிர்த்து பெரியார் கடுமையாகச் சாடினார்.

பிராமணரல்லாதோர் நலனுக்காகவென்றே இயக்கம் கண்ட தந்தை பெரியார், இறுதிக்காலம் வரை அதற்கான பிரச்சாரப் பேரியக்கத்தை நடத்தினார்; அதற்காகவென்றே ஓர் ஊர்தி தயாரிக்கப் பட்டு, அவருக்கு அவரது அன்பர்கள் அளித்தனர்.

மட்டப்பாறை வெங்கட்டராமய்யர்

மகாத்மா காந்தியின் அரிஜன ஆலயப் பிரவேச இயக்கத்திலும் தீண்டாமை எதிர்ப்புப் பிரச்சாரத்திலும் ஈடுபட்டார் மட்டப்பாறை வெங்கட்டராமய்யர்.

ஆணித்தரமானதும், ஆவேசமிக்கதுமான அவரது 'சொற்பொழிவு களால் கூனனும் நிமிர்ந்தானாம்; கோழையும் வீரம் பெற்றானாம்.

இவரைப் பற்றியும் இவரது அன்பர்களால் ஏராளமான கதைகள் சொல்லப்படுகின்றன.

மதுரை ஏ. வைத்தியநாத அய்யர்

சுதந்திரப் போராட்டக் காலத்தில் வீர முரசு கொட்டியவர்களில் ஒருவர் மதுரை ஏ. வைத்தியநாத அய்யர்.

ஆனால், சுதந்திரம் பெற்ற பின்னர் நாட்டில் நிலவிய கொடுமைகள் கண்டு மனம் குமுறியவர்.

1947 அக்டோபர் முதல் தேதியன்று மதுரை நகரில் ஏ. வைத்தியநாத அய்யர் பேசினார்: "வந்தேமாதரம் என்று கோஷித்தால், பல வருஷங்கள் தண்டனை கொடுக்க சட்டம் இருந்தது. இன்று ஆயிரக் கணக்கான நெல் மூட்டைகளை ஒளித்து வைத்திருப்போர்களைத் தண்டிக்க சட்டமில்லையா? கையும் களவுமாக சில இளைஞர்களால்

பிடிக்கப்பட்டு அதிகாரிகளிடம் ஒப்படைக்கப்பட்ட கள்ள மார்க்கெட் காதகர்களை எவ்விதத் தண்டனையும் இல்லாமல் தப்பி, கதரையும் உடுத்திக்கொண்டு காந்தி ஜெயந்திக்குக் கொஞ்சம் பணமும் கொடுத்து விட்டு, தேசபக்தர்கள் மாதிரி திரிகிறார்களே..." என்று மனம் வருந்திப் பேசினார் மதுரை வைத்தியநாத அய்யர்.

'தமிழ்த் தென்றல்' திரு. வி. க.

விடுதலைப் போராட்டக் காலத்தின் நல்ல தமிழ் சொற்பொழி வாளர்களில் ஒருவர் 'திரு. வி. க.' என்னும் திரு. வி. கல்யாணசுந்தர முதலியார்.

வ. வே. சு. அய்யரின் சேரன் மாதேவி குருகுலத்தில் நிலவிய சாதீய வேறுபாடுகளால் இவரும் டாக்டர் வரதராஜுலு நாயுடுவும் காங்கிரஸை விட்டு வெளியேறினர்.

ஆனாலும், அப்போது தமிழகத்தில் தலைதூக்கத் தொடங்கிய பிரிவினை இயக்கங்களோடு ஐக்கியமாகாமல், காங்கிரஸ்காரராகவே வாழ்ந்து வந்தார் திரு. வி. க.

"உலக விடுதலைக்குப் பல சக்திகள் எழுந்து வேலை செய்கின்றன. அவற்றில் தலையாயது 'ஜனசக்தி', ஜனசக்தி எங்கெங்கே தோன்றி நடம் புரிகின்றதோ, அங்கெல்லாம் விடுதலை இன்பத்தேன் பிழிற்றா நிற்கிறது" என்று, கம்யூனிஸ்ட் கட்சியின் வார ஏடு 'ஜனசக்தி'யை வாழ்த்தியவர் திரு. வி. க.

பெண் விடுதலை, தொழிலாளர் முன்னேற்றத் தொண்டுகளைச் செய்து வந்த திரு. வி. க. சோவியத் யூனியனின் மெய்யான நண்பராக இருந்தார்.

தமிழில் இவர் உரையாற்றும் சிறப்பைப் போற்றி 'தமிழ்த் தென்றல் திரு. வி. க.' என்று அழைக்கப்பட்டார்.

ம. பொ. சிவஞானம்

அச்சுத் தொழிலாளியாக வாழ்வைத் தொடங்கி, அதன் மூலமே தமிழ் இலக்கியத்தையும் அரசியல் ஞானத்தையும் கற்றவர் ம.பொ.சிவஞானம்.

நாற்பதுகளின் தொடக்கத்தில் காங்கிரஸ் இயக்கத்தின் எழுச்சிமிக்க சொற்பொழிவாளராகத் திகழ்ந்த ம. பொ. சி., விடுதலைக்குப் பின் காங்கிரஸிலிருந்து விலகி, "தமிழரசுக் கழகம்" என்னும் கலாச்சார அமைப்பைத் தோற்றுவித்து, பிரிவினை இயக்கங்களைக் கடுமையாகச்

சாதி, சுயாட்சிக் கொள்கையைப் பிரச்சாரம் செய்தார். இளைஞர் களிடையே தமிழார்வத்தையும் தேசபக்தியையும் வளர்த்தார்.

"நெஞ்சை அள்ளும் சிலப்பதிகாரம்", 'வள்ளலார் கண்ட ஒருமைப்பாடு' என்னும் தலைப்புகளில் தொடர் சொற்பொழிவுகள் நிகழ்த்தி வியக்க வைத்தார்.

'சிலம்புச் செல்வர்' என்னும் சிறப்புப் பெயரை இவர் பெற்றார்.

இலக்கியப் பேருரைகள் மூலம் தமிழ் வளர்த்த பெருமை இவருக்கு உண்டு.

அறிஞர் அண்ணா

அந்நாளின் எம். ஏ. பட்டதாரியான இவர், தந்தை பெரியாரின் தளபதியாக தமிழகத்துக்கு அறிமுகமானார்.

தனித்துவம் மிக்கதோர் சொற்பொழிவுப் பாணிக்குச் சொந்தக் காரர் இவர். சொற்பொழிவின்போது தனித் தமிழைத் தேடிக் கொண்டிருக்க மாட்டார். மணிப்பிரவாள நடை, பாலுணர்வூட்டும் குட்டிக் கதைகள் இவரது பேச்சில் வெளிப்படும். இவரது சொற்பொழிவின் மாட்சியைச் சொல்லில் வடித்து எழுதி விட முடியாது.

மூக்குப்பொடி உறிஞ்சுகின்ற பழக்கமுடைய இவர், மேடையில் சொற்பொழிவினூடே, பிறர் அறியாத வண்ணம், மிக லாவகமாக பொடியை முகர்வார்.

தந்தை பெரியாரின் திராவிடர் கழகத்திலிருந்து பிரிந்து தி.மு. கழகத்தைத் தோற்றுவிக்க நேர்ந்த போது, அண்ணா நிகழ்த்திய சொற்பொழிவு தி. மு. கழகத்தின் ஆவணமாகக் கருதப்படுகிறது. அந்தப் பேருரையில்.

> "பல நாட்களுக்குப் பின்னர் கூடியிருக்கிறோம். இக்கூட்டம் நமது நோக்கத்தைத் தெரிவிக்கக்கூடிய கூட்டமாகும். மழையோ பலமாகப் பெய்கிறது; வந்திருக்கும் கூட்டமோ ஏராளம். பேச இருப்போரும் பலர். பல மாவட்டங்களிலிருந்தும் வந்துள்ள தோழர்கள், கழகத்தின் முக்கியப் பணியில் ஈடுபட்டுள்ளவர்கள், அவர்கள் யாவரும் பேச இருக்கிறார்கள். மழை பலமாகப் பெய்து கொண்டிருக்கிறது. பலர் பேச வேண்டும். சங்கடமான நிலைதான். அடாது மழை பெய்கிறது; அளவற்ற கூட்டம், தாய்மார்கள் தவிக்கிறார்கள்; மழையில் நின்றுகொண்டே இருக்கிறீர்கள். சங்கடம்தான்; ஆனாலும் சமாளிக்கிறீர்கள்.

இது போன்ற நிலையில்தான் நாட்டிலே சில காலம் கழகத்தின் வேலைகள் செயலற்றுக் கிடந்தன; சங்கடமான நிலை ஏற்பட்டது; சரி செய்தோம். திராவிட முன்னேற்றக் கழகம் தோன்றியது. புதிய அமைப்பு ஏற்பட்டுவிட்டது. திராவிட முன்னேற்றக் கழகம் என்ற பெயரால் ஏன் ஏற்பட்டது? எதற்காக ஏற்படுத்தப்பட்டது என்பவை விளக்கும் கூட்டமே இது...”

“நான்தான் காரணம் இந்த நிலைக்கு - இன்றைய - ஏற்பாட்டுக்கு - என்று கூறுவர் சிலர். நான் பேசுகிறேன் இப்போது - நீங்கள் கேட்டுக்கொண்டிருக்கிறீர்கள் - பலத்த மழை பெய்து கொண்டிருக்கிறது - என்ன நினைக்கிறீர்கள்? இதற்கு நானா பொறுப்பாளி? நானா மழையை வரவேற்கிறேன்? வருவித்தேன்? இல்லை! இப்போது நான் எப்படிப் பொறுப்பாளி அல்லவோ, அப்படித்தான் கழகத்தில் ஏற்பட்ட மந்த நிலைக்கும், செயலற்றுக் கிடக்கும் நிலைக்கும் நான் பொறுப்பாளியல்ல. மழைக்கு நான் பொறுப்பாளியல்ல என்றாலும் என்னை ஏசுவர்.” கூட்டத்திற்கு வந்துள்ள மக்கள், தாய்மார்கள், ‘ஏனப்பா! அந்த அண்ணாதுரை கூட்டத்திற்குப் போனேன்! ஒரே மழை! நன்றாக நனைந்து விட்டேன்! நீர் சொட்டச் சொட்டக் கேட்டுக்கொண்டிருந்தேன்’ என்றுதான் பேசுவர்.

“நான் என்ன செய்துவிட்டேன்? தலைவர் தவறினார் கொள்கையினின்றும், பகுத்தறிவுப் பாதையினின்றும், தவறு என்று மனதார நம்பினேன், கூடாது என்று கருதினேன். கருதியது குற்றமா? கருத்தைத் தெரிவித்தேன், காரணத்தோடு; வேதனையை வெளிப்படுத்தினேன்; வெளிப்படுத்தியது குற்றமாகுமா? கொள்கையைக் கூறுவது குற்றமா? கூறுங்கள் தோழர்களே...”

“பெரியார் திருமணம் என்ற செய்தி கேட்டதும் அழுதவன் நான். ஆயாசம் கொண்டவன் நான். அது மட்டுமல்ல. நான் ஒதுங்கிவிடுகிறேன் என்ற எண்ணத்தை - நான் கொண்ட கருத்தைத் தெரிவித்தவன் நான். பேதம், பிளவு, மனத்தாங்கல், மோதல் கூடாது, நல்லதன்று என்று கருதும் போக்கும் மனப்பண்பும் படைத்தவன் நான். என் வரையில் பெருந்தன்மையாகக் கட்சிப் பணியிலிருந்து விலகுவது நல்லது என்று முடிவு கட்டியிருந்தேன்.”

“என் போன்ற பல தோழர்கள் பெரியாரை, பெரியார் போக்கை, அவரது திருமண ஏற்பாட்டை ஏற்கவில்லை என்பதை மட்டுமல்ல, கண்டித்தனர்; கதறினர்; வேண்டாம் என்ற வேதனை உள்ளத்தோடு...”

"நான் மனதாரத் தீமையென்று கருதிய ஒன்றை, நல்லதல்ல என்று தெரிந்த ஒன்றை, பகுத்தறிவுக்குப் புறம்பானது என்று பாமரரும் ஒப்பும் ஒன்றைத் தெரிவித்தது குற்றமா?"

"பெரியார் சமாதானம் சொல்லி விட்டார், என் சொந்த விஷயம், எதிர்ப்போர் சுயநலமிகள் - சதிக் கூட்டத்தினர் என்று மனப்புண் ஆறவில்லை. அப்படிப்பட்ட தலைவரோடு சேர்ந்து பணியாற்ற மாட்டோம் என்று மக்கள் கூறினர். செவிசாய்க்க வில்லை தலைவர். விலகுவார் என எதிர்பார்த்தனர். விலகவும் இல்லை. அவரோடு சேர்ந்து பணியாற்ற முடியாத நிலையிலுள்ள மிகப் பெரும்பான்மையினர், கழக முக்கியஸ்தர்கள் கூடிப் பேசி ஒரு முடிவு செய்தனர். அந்த முடிவுதான் 'திராவிட முன்னேற்றக் கழக'த் தோற்றம்..."

என்று அறிஞர் அண்ணா தொடக்க விழாப் பேருரையின் முன்னுரை யாகக் கூறினார். இந்தக் கூட்டம் வடசென்னை ராபின்ஸன் பூங்கா மைதானத்தில் 17-9-1949-இல் நடைபெற்றது.

1967 பொதுத் தேர்தலில், தமிழகத்தை 20 ஆண்டுக்காலம் ஆட்சி செய்து வந்த காங்கிரஸை அகற்ற, கூட்டணி கண்டு, அதனை விளக்க சென்னை விருகம்பாக்கத்தில் நடைபெற்ற மாநில மாநாட்டில் அறிஞர் அண்ணா ஆற்றிய உரையும் அக்கட்சியின் வரலாற்று முக்கியத்துவம் வாய்ந்த ஆவணமாகப் போற்றப்படுகிறது.

பிற கட்சிகளிலும் திறமையாளர்கள் உண்டு; அவர்களையும் மதிக்க வேண்டும் என்ற கருத்தில் "மாற்றான் தோட்டத்து மல்லிகை யிலும் மணம் உண்டு" என்று கூறியவர் அறிஞர் அண்ணா.

இந்த ஜனநாயகப் பண்பைப் புரிந்துகொள்ளச் சக்தியற்ற எதிரிகள் இச்சொற்றொடருக்கு கொச்சையான அர்த்தம் கூறினார்கள்.

ஈ. வெ. கி. சம்பத்

"சொல்லின் செல்வர்" என்று அண்ணாவால் பாராட்டப்பட்டவர் ஈ. வெ. கி. சம்பத்.

அமைதியான தோற்றமும், எளிமையும், இனிமையும் கலந்த சொற்பொழிவுப் பாங்கும் பெற்றவர் இவர்.

'எடுத்தேன் கவிழ்த்தேன்' என்று பொதுக்கூட்டங்களில் எவரையும் தாக்கிப் பேச மாட்டார். "ஆரோக்கியமான அரசியலுக்கு ஒருவர்!" என்று புகழ் பெற்றவர் இவர்.

தி. மு. கழகத்தில் இருந்த காலமெல்லாம் திராவிட நாடு பிரிவினை பெற வேண்டிய காரண காரியங்களை விளக்கிய சம்பத், அக்கட்சியிலிருந்து விலகி, 'தமிழ்த் தேசியக் கட்சி'யைத் தொடங்கியதும், "ஏன் வேண்டாம் பிரிவினை?" என்பது பற்றி எண்ணற்ற காரணங்களைத் தனக்கேயுரிய இனிய குரலில் பேசிப் பிரமிக்க வைத்தார்.

"அழைக்கின்றார் அழைக்கின்றார் அண்ணா என்று தமிழக மெங்கும் அறைகூவி அழைத்தவன் நான். அழைப்பை ஏற்று அணி திரண்டனர் மக்கள். 'ஏன் அழைத்தோம்?' என்று அழைத்த அண்ணாவுக்கும் தெரியவில்லை. 'ஏன் திரண்டோம்?' என்று திரண்டு வந்த மக்களுக்கும் தெரியவில்லை!" என்று பொதுவாழ்வில் பல வருடங்கள் வீணானது பற்றி சம்பத் கூறினார்.

அண்ணா மாதிரி பேசுவதற்குப் பலர் உருவானது போல், சம்பத் மாதிரி பேசுவதற்கும் பல இளைஞர்கள் முயன்றனர்.

கவிஞர் கண்ணதாசன்

இவர், தனி மாதிரி. குற்றால அருவி மாதிரி சொல்லோட்டம் பெற்றவர் கவியரசு கண்ணதாசன்.

பேசத் தொடங்கினாரானால் தென்றல் வீசும்; தமிழ் தாலாட்டும், மாற்றுக் கருத்துடையவர்கள் கூட கேட்டுக் கிறுகிறுத்துப் போவார்கள்.

"திட்டினாலும் நல்ல தமிழில் திட்டுகிறார்" என்று பாராட்டுவார்கள்.

போற்றினால் போற்றிக்கொண்டே இருப்பார்; திட்டினால் திட்டித் தீர்த்துவிடுவார். இதனால் இவருக்கு நிரந்தரமான நண்பர்களும் இல்லை; நிரந்தரமான பகைவர்களும் இருந்ததில்லை.

சிரிக்க வைப்பார்; சிரிக்க மாட்டார். உதாரணம் தனித்தமிழ் பற்றிய நையாண்டி: "பசு ஏறி காளை மரணம்!" பசு : பஸ்!

கலைஞர் கருணாநிதி

எவ்வளவு பெரிய கூட்டத்தையும் கட்டுண்டு கிடக்கச் செய்யும் சொல்லாற்றல் பெற்றவர் கலைஞர் மு. கருணாநிதி.

தமிழகத்தில் காங்கிரஸ் அல்லாத ஆட்சியை முதன் முதலில் கொண்டுவந்த விருகம்பாக்கம் மாநாட்டுச் சிறப்புரையை நிகழ்த்தும் வாய்ப்பை அறிஞர் அண்ணா இவருக்கு வழங்கினார்.

"நேற்று நடைபெற்ற மாபெரும் பேரணி - திராவிட முன்னேற்றக் கழகத்தின் ஊர்வலம் - தமிழகத்தில் மட்டுமின்றி - உலகச் சரித்திரத்திலேயே நடைபெறாத மகத்தான பவனியாகும். அதை நடத்திவிட்டு வெள்ளம் போலக் கூடியிருக்கும் நீங்கள், இந்தப் பாசிஸ ஆட்சியை - பயங்கர ஆட்சியை - நாட்டை நாசக்காடாக மாற்றிய இந்த ஆட்சியை மாற்றுவதற்கு "தோழமைக் கட்சி களுடன், அறிஞர் அண்ணா அவர்களின் ஆணையை ஏற்றுக் கடமையை முடிப்போம்" என்று சபதம் ஏற்று இங்கே கூடியிருக்கிறீர்கள். புதுவாழ்வு காண வளமும் வலிவும் பொருந்திய நாமெல்லாம் இங்கே கூடியிருக்கிறோம்...

"கழகத்தின் பொருளாளன் என்ற முறையில் கடந்த பல வாரங்களாக, வெளியூர்ப் பயணத்தில் ஈடுபட்டுத் திரும்பி வந்திருந்த என்னை, எனது அண்ணன், கழகப் பொதுச் செயலாளர் அறிஞர் அண்ணா அவர்கள், இந்த விருகம்பாக்கத் துக்குக் கூட்டி வந்து, இந்த இடத்தைக் காட்டினார். அப்போது இங்குள்ள பந்தல் அளவு உயரமுள்ள மலைமுகடுகள், கள்ளிப் புதர்கள், காடு மேடுகள் நிறைந்த இடமாகக் காட்சியளித்தது - இன்று எழில்மிக்க பூமியாக பதினைந்தே நாட்களில் மாறியுள்ளது...!"

"அப்படிக் காடாக இருந்த இடத்தை, கருநாகங்கள் மலிந்த இந்த இடத்தை, தொட்டால் கொட்டும் கருந்தேள்கள் குடியிருந்த இந்த இடத்தை இப்படிப்பட்ட எழில்மிக்க பூமியாக மாற்றியமைத்திருக்கிறோம் என்பதை ஒரு கணம் நினைத்துப் பார்க்கும்போது - அறிஞர் அண்ணா ஆணையிட்டால் நாங்கள் ஏன் காடாக இருக்கும் இந்த நாட்டை - நாடாக மாற்றி அமைக்க மாட்டோம்? ஏழைகளின் சிரிப்பில்தான் ஆண்டவன் இருக்கின்றானாம். அந்த ஆண்டவனை நீங்கள் எல்லாம் காண வேண்டாமா? காடாக உள்ள இந்த நாட்டை நாங்கள் நாடாக மாற்றி, ஏழைகளைச் சிரிக்க வைக்கப் போகிறோம்!"

என்று தனது சிறப்புரையில் கலைஞர் கருணாநிதி கூறினார்.

அது துடிப்புமிக்க பருவத்தின் துள்ளல் நிறைந்த கருணாநிதி.

பின்னாளில், தமிழகத்தின் முதல்வராக பதினோரு ஆண்டுகளும், தோல்விகளைச் சந்தித்துப் புதிய அனுபவம் பெற்றவராக கலைஞர் கருணாநிதி புதிய பரிமாணம் பெற்றவராக மேடையேற நேர்ந்த போதெல்லாம்-

அவர் பேசுகின்ற கூட்டங்களில் அவருக்கு முன்பாகப் பேசுகின்ற அனைவரது பேச்சுக்களையும் கூர்ந்து கவனிப்பார்.

கூட்டத்தில் - குறிப்பாக, அனைத்துக் கட்சியினர் கலந்து கொள்ளும் கூட்டத்தில், தனக்கு முன்னால் பேசிய அனைவரது பேச்சுக்களிலிருந்தும் மேற்கோள்களை மறக்காமல் எடுத்துக்காட்டுவது கலைஞர் கருணாநிதியின் தனித்தன்மையாக பேருருக்கொண்டது.

குறிப்பு எழுதிக்கொண்டு பட்டியல் இடுவதில்லை அவர். அவருக்கு அபாரமான நினைவாற்றல் உண்டு.

விழாவொன்றில் கலைஞர் பேசினார். அப்போது, 1956-இல் தான் எழுதி வெளிவந்த திரைப்படம் ஒன்றில், சேரன் செங்குட்டுவன் தனது வேண்டாளிடம் புறநானூற்று மாமறவர்களைப் போற்றுவதாக நான் எழுதிய மிக நீளமான வசனக் கவிதையை வரி பிறழாமல், வார்த்தை பிசகாமல் பேசிக் காட்டி பிரமிக்க வைத்தார். அத்தகைய அபாரமான நினைவாற்றல் கலைஞர் கருணாநிதிக்கு!

மேடையில் ஆசைப்படுபவர்களுக்கு அத்தகைய நினைவாற்றல் கட்டாயத் தேவையாகும்.

பெருந்தலைவர் காமராஜ்

'தலைவர் காமராஜ்' என்றும், அகில இந்திய காங்கிரஸ் கமிட்டித் தலைவரான பின்னர், 'பெருந்தலைவர் காமராஜ்' என்றும் அன்போடு அழைக்கப்பட்ட காமராஜர், பழகு தமிழில், பாமரனும் புரிந்து கொள்ளக் கூடிய எளிய மொழியில் பேசுவதில் வல்லவர்.

தேசிய - சர்வதேசிய செய்திகளைக் கூட எளிமையாகக் கூறுவார்.

மைதானத்தில் முன்வரிசையில் உட்கார்ந்து கொண்டிருக்கிற சிறுவர்களைப் பார்த்துக்கொண்டே பேசுவார். "சுதந்திரம் வாங்கி இருபது வருஷங்களுக்கு மேலாச்சு... அதோ, அந்தச் சிறுவன் தலையில எண்ணெய் இல்லே. பின்னே என்ன சுதந்திரம்? காங்கிரஸ்காரங்க நாலு பேர் மந்திரியா இருக்கவா கஷ்டப்பட்டு சுதந்திரம் வாங்கினோம்? ஏழைங்க முன்னேற ஏதாவது செய்ய வேண்டாமா? செய்யலேன்னா, தெருவிலே மடக்கி உதைப்பான்!" என்று காமராஜர் பேசினால் யாருக்குப் புரியாமல் போகும்?

'காமராஜர் திட்டம்' அமலாவதற்கு முன்னுதாரணமாக, அவரேதான் வகித்து வந்த தமிழக முதலமைச்சர் பதவியிலிருந்து விலகிய பிறகு தமிழகத்தில் அவரது செல்வாக்கு உயர்ந்தது; அகில இந்தியத் தலைவரானதும் மேலும் வளர்ந்தது.

பாகிஸ்தான் ஆக்கிரமிப்புக்குப் பின், பெருந்தலைவர் காமராஜர், சென்னை கடற்கரைத் திலகர் கட்டடத்தில் பிரம்மாண்டமான கூட்டத்தில் பேசினார் -

"நம்முடைய மரியாதையைக் காப்பாற்றிக் கொள்ள வேண்டுமானால் நம்முடைய சொந்தக் காலிலேயே நாம் நிற்க வேண்டும். அவ்வளவுதான். அதுதான் நமக்குப் பலம். சொந்தக்காலில் நிற்கும் அந்தப் பலம் ஒன்றுதான் உலகில் நமக்கு மரியாதையைத் தேடிக் கொடுக்கும். அந்தப் பலம் இல்லையென்றால், உலகில் மரியாதை இல்லை; ஒன்றும் இல்லை..."

"அப்படி நடந்து கொள்வதுதான் இப்போது நம்முடைய பொறுப்பு. இதைத்தான் மகாத்மா காந்தியடிகள் நாற்பது ஐம்பது ஆண்டுகளாக நமக்கு உபதேசம் செய்திருக்கிறார்கள். பல்வேறு மொழி, ஜாதி, மத, இன வேறுபாடுகளால் சிதறிக் கிடந்த ஒரு நாட்டை காந்திஜி ஒன்றுபடுத்தினார். நாம் அனைவரும் ஒரே தேசிய இனம் என்ற உணர்ச்சியை உண்டாக்கினார். சுதந்திரமாக வாழவும் தகுதியாக்கித் தந்திருக்கிறார். சுதந்திரப் போராட்டம் நடத்திய காலத்தில் தெளிவாக, தீர்க்க திருஷ்டியுடன் காந்தி சொல்லிக்கொண்டே வந்தார். "இந்த நாடு சுய தேவையைப் பூர்த்தி செய்துகொள்ள வேண்டும். உணவு, உடை முதல் தேவையான எல்லாவற்றையும் நாமே பூர்த்தி செய்துகொள்ள வேண்டும். பிறத்தியாரை எதிர்பார்க்காதீர்கள். பிறத்தியாரை எதிர்பார்த்தால் அது சுதந்திரம் அல்ல..." என்று மகாத்மா காந்தி சொல்லிக் கொண்டே வந்தார். காந்திஜி அன்று சொன்னதை நாம் கேட்கவில்லை. அதைச் சரியாகக் கேட்டிருந்தோமானால், இன்னும் மரியாதை ரொம்ப உயர்ந்திருக்கும். போனதெல்லாம் போகட்டும். இனிமேலாவது ஒழுங்காக நடக்க வேண்டுமா, இல்லையா...?"

"முக்கியமாக சாப்பாட்டுக்கு இன்னொரு நாட்டை எதிர்பார்ப்பதா என்ன? நம் நாட்டிலேயே உற்பத்தி செய்ய வேண்டும். இல்லையேல் பட்டினியாக இருக்க வேண்டும். அப்படித்தான் முடிவு செய்ய வேண்டும். அப்படியே நமது சர்க்காரும் ஒரு முடிவு செய்ய வேண்டும்." "இனிமேல் உணவு இறக்குமதியே கிடையாது" என்று முடிவு செய்ய வேண்டும். அப்படியில்லாவிட்டால், "அமெரிக்காவிலிருந்து வருமா?", "ஆஸ்திரேலியாவில் இருந்து வருமா?", "ஆஸ்திரேலியாவில் இருந்து வருமா?", "அவன் கொடுப்பானா?", "இவன் கொடுப்பானா?" என்று எதிர்பார்க்க வேண்டியிருக்கும்...

"நம் நாட்டிலே உள்ளவர்களில் சிலர் என்ன செய்கிறார்கள்? அவர்கள் சாதாரண மக்கள் அல்ல, அரசியல்வாதிகள்! "பிரசிடெண்ட் ஜான்ஸன் என்ன செய்யப் போகிறார்? பி.எல். 480-இல் கையெழுத்துப் போடுவாரா? ஒப்பந்தம் எப்போது வரப் போகிறது?" என்றெல்லாம் எட்டி எட்டிப் பார்க்கிறார்கள். அவர் கையெழுத்துப் போட்டால் என்ன, போடாவிட்டால் என்ன? அவர் கையெழுத்துப் போட்டாலும் போடாவிட்டாலும் நம்முடைய நாட்டுக்கு வேண்டிய உணவை நாமே உற்பத்தி செய்துகொள்வோம் என்ற முடிவில் நாம் இருந்தால், ஜான்ஸன் தானாகக் கையெழுத்துப் போடுவார்…"

"நாளை நம் மீது சீனா படையெடுத்தால் போர்க் கருவி வேண்டாமா, கொடுக்க யார் இருக்கிறார்கள் என்று சிலர் கவலைப்படுகிறார்கள். ஒருவரும் இல்லை என்பதற்காக மேற்கு வல்லரசுகள் காலில் விழுந்து நமஸ்காரம் செய்ய வேண்டுமா? எதற்காக அப்படி நமஸ்காரம் செய்ய வேண்டும்? மானத்தோடு வாழ்வதற்காகத்தானே சண்டைக்குப் போகிறோம்? ஒரு பக்கம் மானத்தைக் காத்துக்கொள்ள, மறுபக்கம் மானத்தை விற்பதா? அவன் காலில் விழாதே, இவன் காலில் விழு என்பதா உபதேசம்? மானத்தோடு வாழ முடியவில்லையென்றால், செத்துப் போவோமே? வாழ்க்கை என்ன பெரிசு? வாழ்ந்தால் மானத்தோடு வாழ்வோம், இல்லாவிட்டால் போராடிச் சாவோம்! இதுதானே வாழ்க்கை?"

சென்னை திலகர் கட்டடத்தில் 2-10-1085 காந்தி ஜெயந்தி அன்று தலைவர் காமராஜ் ஆற்றிய மிக நீண்டதான இந்தச் சொற்பொழிவை, தமிழ்நாடு காங்கிரஸ் கமிட்டி "மானத்தோடு வாழ்வோம்" என்ற தலைப்பில் சிறு பிரசுரமாக வெளியிட்டது.

இலக்கியப் பேராசான் ஜீவானந்தம்

"**வா**ழ்க்கைப் பயணத்தில் ஏற்பட்டிருக்கிற, குலையை நடுக்கும் பேரிடிகளுக்கும், அறிவைக் கிழித்தெறியும் மின்னற்கொடிகளுக்கும், உச்சி முதல் உள்ளங்கால் வரையில் ஒரே உலுக்காயுலுக்கும் அதிர்ச்சி களுக்கும்; கொதித்துக் கொப்பளித்து, கொந்தளித்து, அக்னிக் குழம்பை அள்ளியள்ளி இறைத்து நினைவைச் சிதறடிக்கும் எரிமலை களுக்கும், குதித்தெழுந்து கரைபுரண்டு, கட்டுகளையும் முட்டுகளையும் உடைத்தெறிந்து கடுவேகத்தில் தாறுமாறாகப் பாய்ந்து அட்டகாசம் செய்யும் வெள்ளப் பெருக்கங்களுக்கும், ஊழிக் கூத்துகளுக்கும் ஆட்பட்டும் தலைகொடுத்தும் 'ஜனசக்தி' ஜனசமூக சக்தி சரித்திர பூர்வமாகத் தேய்ந்து போகாது, மாய்ந்தொழியாது, இன்னும் முன்னைவிடப் பன்மடங்கு வண்ணமுற நிற்கின்றது என்பதுதான் அறிவின் முடிவும் அனுபவத்தின் தீர்ப்புமாகும்! இதன் காரணம் என்ன? 'ஜனசக்தி' வற்றாத புரட்சிக் களஞ்சியமென அறிக!"

- இது, இலக்கியப் பேராசான் ப. ஜீவானந்தத்தின் உரைநடை.

எழுதுவது போலவே பேசுவதில் வல்லவர்கள் மிகச் சிலரே.

தமிழகத்தில், அத்தகைய மிகச் சிலரில் முதன்மையானவர் ஜீவா.

உரையாற்றும்போது குனிந்தும், குதித்தும், தாவியும், உயர்வை உணர்த்த கரங்களை உயர்த்தியும், மக்களின் துன்பங்களைக் கூறும்போது நெக்குருகியும், ஜன எழுச்சியைக் கூறும்போது தாமே எழுச்சியுற்றும், ஏகாதிபத்திய வீழ்ச்சியை விளக்கும்போது வீழ்வதே போல அபிநயித்தும் பேசுவார் அவர்; மேடையில் நாலாபக்கமும் சுழன்று சுழன்று முழங்குவார். மேடை கிடுகிடுக்கும்; இருக்கைகள் தடதடக்கும். இதுதான் ஜீவாவின் பேச்சுப் பாணி.

இந்த மெய்யான வர்ணிப்பைப் படித்துவிட்டு, 'ஜனசக்தி' பற்றி ஜீவா எழுதியுள்ள வாசகங்களைப் படித்துப் பாருங்கள்; நடித்துப் பாருங்கள்!

அவரது பேச்சுப் பாணியை வேறு யாராலும் மேற்கொள்ள முடியாது; பகீரதப் பிரயத்தனப்பட்டாலும் நடவாது!

அறந்தை நாராயணன்

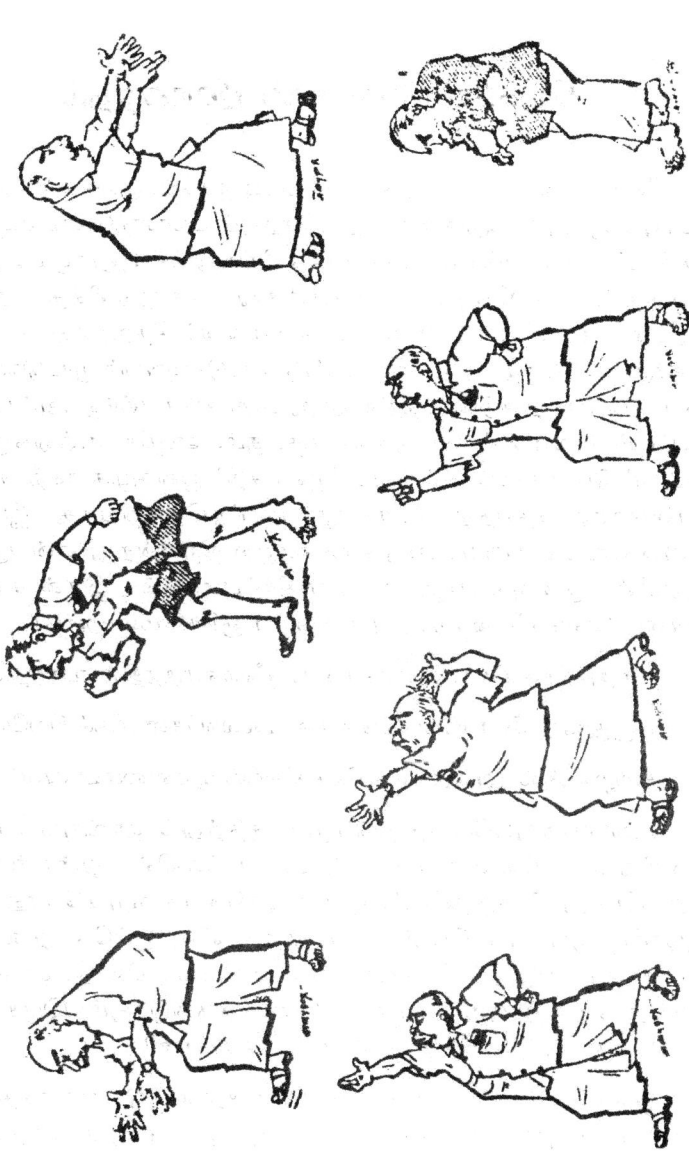

ஜீவா பேசும் காட்சிகள்!

ஜீவா பேசுவதைக் குறிப்பெடுக்கவும் இயலாது; செய்தியாளர்கள் தடுமாறிப் போவார்கள். முதல் காரணம் - ஜீவாவின் பேச்சில் சொக்கிப் போவது; இரண்டாவது காரணம் - வெள்ளம் போலப் பிரவகிக்கும் அவரது சொற்பெருக்கு!

பாரதி பிறந்த எட்டயபுரத்தில் பாரதி மணி மண்டபத் திறப்புவிழா 1947 அக்டோபர் 11-ஆம் நாளன்று நடைபெற்றது.

எட்டயபுரம் முற்போக்கு வாலிபர் சங்கத்தின் தோற்ற காலத் தலைவர் முன்னாள் சட்டமன்ற உறுப்பினர் எஸ். அழகர்சாமி, பாரதி மணிமண்டபத் திறப்பு விழாவில் நடந்த நிகழ்ச்சியொன்றைப் பின்வருமாறு விவரித்துள்ளார்.

"பாரதியாரின் சமூகக் கண்ணோட்டங்களைப் பட்டி தொட்டி யெல்லாம் விளக்கி, பாரதியாருக்கு தமிழ் பேசும் மக்களிடம் தனிப் பெருமையைச் சேர்த்துவந்த தோழர் ஜீவாவுக்கு விழாவில் கலந்துகொள்ள அழைப்பில்லை. உள்ளூர் தோழர்களின் வற்புறுத்தலுக்கு இணங்கி விழாவிற்கு வந்திருந்த தோழர் ஜீவாவை மக்கள் அடையாளம் கண்டு, அவர், விழாவில் பேச வேண்டுமென்று வற்புறுத்தினார்கள். மக்களின் ஆர்வங்கலந்த வற்புறுத்தலின் விளைவாக வேறு வழியின்றி ஒரு ஐந்து நிமிடம் பேச அனுமதித்தார் விழாத் தலைவர் ராஜாஜி. ஜீவா பேசத் தொடங்கினார். அவரது பேச்சில் மக்கள் தங்களை மறந்தார்கள். உணர்ச்சி வசப்பட்டார்கள். கடல் மடையைத் திறந்து விட்டாயிற்று! வெள்ளத்தை யாரால் அணை போட முடியும்? ஐந்து நிமிடம், அரை மணி நேரமாயிற்று... ஒரு கட்டத்தில் மணியடித்து ஜீவாவின் பேச்சை நிறுத்த முயன்றார் ராஜாஜி. ஆனால் அது நடக்கவில்லை. "அவரைப் பேச விடுங்கள்!" என்று கூடியிருந்த பெருங்கூட்டம் கோஷம் எழுப்பவே, ஜீவா தொடர்ந்து பேசினார்."

- எட்டயபுரம் பாரதி முற்போக்கு வாலிபர் சங்கம் வெளியிட்ட 'மகாகவி பாரதி நினைவு 30-ஆம் ஆண்டு விழா' மலரில் எஸ். அழகர்சாமி இந்த நிகழ்ச்சியை விவரித்துள்ளார்.

ஆவேசம் கொப்பளிக்கும் அரசியல் மேடைகளிலும் இலக்கியச் சுவை மிளிரப் பேசுவார் ஜீவா.

கம்பனையும், பாரதியையும் வியந்து போற்ற எந்த மேடையையும் அவர் பயன்படுத்துவார்.

■■■

மகாகவி பாரதியார் குறித்து ஜீவா ஆற்றிய கடைசி சொற்பொழிவில் அவர் கூறினார்.

> "1940-இல் கவிதை எழுத ஆரம்பித்த பாரதி, 1921 செப்டம்பர் 11-இல் மறைந்தான். இந்தப் பதினேழு ஆண்டுகளில் பாரதி வளர்ந்துள்ள அளவுக்கு உலகத்திலே எவன் வளர்ந்தான்? அவன் அடர்ந்து, படர்ந்து, விரிந்து, சிறந்து விளங்குவதைப் போல், இந்த உலகத்திலே யாருமே வளரவில்லை, விளங்க வில்லை என்று துணிவோடு சொல்லவும், கேட்கவும் தோன்று கிறது. அப்படி வளர்ந்துவிட்டான் அவன். அதனாலேதான் காலம் செல்லச் செல்ல, காலம் போகப்போக அவனது அற்புத, தெய்வீகக் கருத்துக்கள் இன்றைக்கும் உண்மையாகிக் கொண்டே வருகிறது. 'ரிக்' வேதத்தைக் காட்டி, 'உண்மை வெல்லும்' என்று சொல்கிறான். ஊழிக்காலத்தில் பாரத தேவியை ஒருபுறம் சிவகாமியாகவும், அழகான ரூபமாக, சிருங்காரத்தின் சொரூபமாகச் சித்திரிக்கிறான். மறுபக்கம், பராசக்தியைப் பத்திரகாளியாகச் சித்திரிக்கிறான் - படுபயங்கர மான முறையிலே, ஆக, அவன் அமைதியையும் பார்க்கிறான், போரையும் பார்க்கிறான். அப்போர் சிறுமைப் போராக இல்லாமல், தரம் கெட்ட போராக இல்லாமல், மேலும் மேலும் மனிதனை அமர நிலையில் வைக்கத்தக்க போராக மாற வேண்டுமென்பதற்காக, அதற்கு வீரமும், ரூபமும் ஒருங்கே இணைய வேண்டுமென்று அப்படிப் பாடியிருக்கிறான். அவன் தன் கவிதைகள் மூலம் மனிதனை ஒரு முழு வீரனாகவே மாற்றுகிறான்.

பாரதி சாதியைத் தூள் தூளாக்குகிறான்.

> **"பார்ப்பானை ஐயரென்ற**
> **காலமும் போச்சே - வெள்ளைப்**
> **பரங்கியைத் துரையென்ற**
> **காலமும் போச்சே - பிச்சை**
> **ஏற்பாரைப் பணிகின்ற**
> **காலமும் போச்சே - நம்மை**
> **ஏய்ப்போருக்கேவல் செய்யும்**
> **காலமும் போச்சே"**

என்று இப்படி ஒரு பக்கம் சொல்லிவிட்டு, "நந்தனைப் போல் ஒரு பார்ப்பான் உண்டோ!" என்று அவனைத் துணிவுடன் உயர்த்தியும் கூறியிருக்கின்றான். இப்படியெல்லாம் சொல்லி விட்டு, "பாரத நாடு பாருக்குள்ளே நல்ல நாடு" என்று நாட்டின்

உயர்வைப் பற்றிக் கூறுகிறான். அப்பால் உலகத்தைப் பற்றியும் கூறுகிறான். அதற்குப் பிறகு, "ஒன்றுபட்டால் உண்டு வாழ்வே, நம்மில் ஒற்றுமை நீங்கில் அனைவர்க்கும் தாழ்வே, நன்றிது தேர்ந்திடல் வேண்டும், இந்த ஞானம் வந்தாற்பின் நமக்கெது வேண்டும்?" என்ற ஒரு உயர்தரமான உணர்வு நமக்கு ஏற்பட வேண்டும்; நம்மிடையே அப்படிப்பட்ட ஒரு நிலையான ஒற்றுமை ஏற்பட வேண்டும்; அத்தகைய அமர நிலைக்குச் சராசரி மனிதனும் உயரவேண்டும்; அதிலே தமிழ்மகன் தலைமகனாக நிற்கவேண்டும் என்று வலியுறுத்திச் சொல்கிறான். எப்படி? இன்று நடக்கும் சீனப்போரை ஒழிக்கப் பாடுபடுவதில் தமிழ்மகன் தலைசிறந்து நிற்க வேண்டும். அதோடு நிற்காமல், 'எல்லோரும் மக்கள், எல்லோரும் மன்னர்' என்று ஒரே லட்சியத்தைச் சொல்லி, 'வில்லினை எடடா, புல்லர்கள் கூட்டத்தைப் பூழ்தி செய்திட்டா' என்று நமக்கு ஒரு தெளிவு, அந்தத் தெளிவில் ஓர் உறுதியைக் காண்பித்து, மேலும் மேலும் வளர வளர உயர வேண்டுமென்று சொல்கிறான். இச்சமயத்தில் நம்மிடையே உள்ள பூசல்களை மறந்து, கூச்சல்களை மறந்து, எல்லோரும் ஒன்றுபட்டு உலகம் எல்லாம் மணம் வீச நின்று, அவன் வழி நடக்க இன்றைக்கு சர்க்காரும், மக்களும் சிறந்த முறையில் ஈடுபட்டிருப்பது நாம் செய்த புண்ணியமல்ல. வள்ளுவன் காலத்திலே, சங்க காலத்திலே உள்ள அத்தனை பேரும் செய்த புண்ணியமாகும். புண்ணியவான்கள் எல்லாம் செய்த புண்ணியம் ஆகும். சில ஆண்டுகளாக நான் சொல்லி வந்த கனவு, இப்போது நனவாகிவிட்டது. லட்சம் மக்களுக்கு மேல் ஊர்வலத்திலே கலந்துகொண்டு, அதிலேயும் புலவர் பெருமக்கள், கலைஞர்கள், மாணவ மாணவிகள், பொது மக்கள், சகோதர சகோதரிகள், ஆளும் கட்சியினர், ஆளாத கட்சியினர் ஆகிய அனைவரும் கலந்துகொண்டு ஊர்வலம் நடத்தியது எனக்கு ஒரு ஆனந்தக் காட்சியாக இருந்தது.

"பாரதி நமக்கெல்லாம் ஒரு சிறந்த வழிகாட்டி பாரதி "கான்ஸியஸ்னஸ்" நமக்கு ஏற்பட வேண்டும். நமக்கு எவ்விதச் சந்தேகம் வந்தாலும், அது சமுதாயப் பிரச்சினையானாலும், அல்லது வேறு எந்தப் பிரச்சினை வந்தாலும், பாரதியிடம் சொல்லுங்கள். அவன் அவற்றிற்குத் தெளிவு தருவான்; உறுதி தருவான். பாரதியின் பாடல்களை அவன் இயற்றியுள்ள கவிதை களை நாம் துருவித் துருவிப் படிக்கவேண்டும். அவைகளை நாம் நம்முடைய குழந்தைகளுக்கும் மனப்பாடம் செய்து வைக்க வேண்டும். நமது செவிகளுக்கு அமுதூட்டும் முறையில்,

நெஞ்சிற்கு வீரமூட்டும் வகையில் பாரதி பாடல்கள், கவிதைகள் இயற்றித் தந்திருக்கிறான். அவனது கவிதைகளை, பாடல்களை எல்லோரும் கற்பதற்கு வழி செய்ய வேண்டும்."

"அடுத்தபடியாக, நெடுநாளாக என்னுடைய நெஞ்சிலே ஒன்று இருந்து வருகிறது. அதாவது பாரதியின் பேரிலே ஒரு சின்னம் வர வேண்டுமென்பது. ஒரு பல்கலைக்கழகம் வர வேண்டும். அதற்குப் பாரதி பல்கலைக்கழகம் என்று நாம் பேசிட வேண்டும். அந்தப் பல்கலைக்கழகத்திலே உலகத்திலே உள்ள எல்லோரும் வந்து, அதிலே பயிலும் அளவிற்கு நாம் அதை வளர்க்க வேண்டும். உலகத்திலே என்னவெல்லாம் "ஃபாகல்டீஸ்" உண்டோ, அவை அத்தனையும் அங்கு ஏற்படுத்திக் கொடுக்க நாம் முன்வர வேண்டும். பாரதி பிறந்தநாடு தமிழ்நாடு, அப்பாரதியின் சின்னமாக, நாம் அவன் பேரிலே கண்டிப்பாக ஒரு பல்கலைக்கழகத்தை ஏற்படுத்த வேண்டுமென்று மீண்டும் நான் கேட்டுக்கொள்கிறேன்."

"அப்படி, பாரதியின் பேரிலே ஒரு பல்கலைக்கழகம் நிறுவி, உலகிலுள்ள எல்லோருமே மூக்கின் மேல் விரலை வைக்கும் படியான முறையில் பல்கலைக்கழகம் செயலாற்ற வேண்டும். பாரதி எப்படி ஒரு விஸ்வரூபக் கவியோ, அதே போல் பாரதி பல்கலைக்கழகமும் ஒரு விஸ்வரூப பல்கலைக்கழகமாகத் திகழ வேண்டும். இப்படி ஓர் எண்ணம் என் நெஞ்சில் படுகிறது என்பதை இந்த நேரத்தில் நாட்டின் கவனத்திற்குக் கொண்டு வந்து, பாரதியின் பாடல்களை, அவனது கவிதைகளை நாம் நாள்தோறும் படித்தால், அவன் நம்முடைய எந்தப் பிரச்சினைக்கும் நம்பிக்கை தருவான்; தெம்பூட்டுவான்; முன்னேற வழியும் செய்வான்; மேலும் நமது சமுதாயம் வளரும் என்று கூறிக்கொண்டு பாதிக்கும் இங்குள்ள அனைவருக்கும் எனது வணக்கத்தைக் கூறி முடிக்கிறேன்…"

- தமிழக அரசு சார்பில், சென்னையில் 1962 டிசம்பர் மாதம் நடந்த பாரதி பிறந்த நாள் விழாவில் இலக்கியப் பேராசான் ஜீவா ஆற்றிய உரையின் இறுதிப் பகுதி இது. இதுவே பாரதி பற்றி ஜீவா பேசிய கடைசி உரையாகும்.

தியாகச் செம்மல் பாலதண்டாயுதம்

சுதந்திரத்துக்குப் பின், காங்கிரஸ் சர்க்கார் ஜோடித்த நெல்லைச் சதிவழக்கில், ஆயுள் தண்டனை பெற்று, பல்வேறு சிறைகளில் தண்டனையை அனுபவித்து விட்டு, 1962 ஏப்ரலில் வெளிவந்த

பாலதண்டாயுதம், அப்போது தமிழகத்தில் நிலவியிருந்த அரசியல் சூழல் கண்டு அதிர்ச்சியுற்றார்.

தமிழகம் எங்கும் 'பிரிவினை'ப் பேச்சு!

பிரிவினை எதிர்ப்புப் பிரச்சாரப் பேரியக்கத்தைத் தொடங்கினார்.

"கீர்த்தி வாய்ந்த கீரைப்பாத்தி நாடுகள் எல்லாம், பிரிவினை பெற்று சுதந்திர நாடுகளாகச் சுடர்விடும்போது வளம் கொழிக்கும் திராவிட நாடு பிரிவினை கோரக் கூடாதா?" என்று, இளைஞர்களை மாயாலோகத்துக்கு இழுத்துக்கொண்டு போகிற பிரிவினை வாதத்தை முறியடிக்க சபதம் ஏற்று, நாடு நகரம், பட்டி தொட்டி எங்கும் சூறாவளிச் சுற்றுப்பயணம் மேற்கொண்டார் பாலன்.

கம்பீரமான தோற்றம்...

அறிவார்ந்த அரசியல் ஞானத்தை வெளிப்படுத்தும் கண் ஆடி....

செக்கச் சிவந்த மேனி...

சிம்ம கர்ஜனையே போல மேடை முழக்கம்...

தமிழக மக்கள், பாலனை அதிசயத்தோடு பார்த்தனர்;

அவர் சொற்பொழிவாற்றும் மேடை நோக்கி வெள்ளமெனத் திரண்டனர்.

அறிவுபூர்வமான அவரது விவாதத்திறன் கண்டு வியந்தனர்.

பிரிவினையை எதிர்த்து பாலன் எழுப்பிய வினாக்களுக்கு விடையளிக்க முயன்ற அறிஞர் அண்ணா அவர்கள், அதில் தோல்வியைத் தழுவ நேரிடும் என்று உணர்ந்த பின், "யாரோ பாலதண்டாயுதமாம்... திராவிட நாடு பிரிவினையை எதிர்த்துத் தூக்குமேடை ஏறுவாராம்... அவருக்கு நான் சொல்லிக்கொள்வேன்... இன்னும் மூன்றே ஆண்டுகளில் திராவிட நாடு விடுதலை பெறும். விடுதலை பெற்ற திராவிடத் திருநாட்டிலே, அவரது வீட்டு விட்டத்திலே அவர் தூக்கிலிட்டுக் கொள்ளட்டும்!" என்று தாக்குதல் தொடுத்தார்.

பாலனின் சொற்பொழிவு தனித்தன்மையானது. உரையின் முதல் பகுதியாக, எளிய முறையில், அரசியல் போதனை செய்வார்.

இரண்டாவது பகுதியில் விவாதங்களை உணர்வுபூர்வமாகத் தொடுப்பார்.

இறுதியாக -

தொகுப்புரை, அதுவரை பேசிய பேச்சுக்களை, கண்டனங்களைப் பத்துப் பதினைந்து நிமிடங்கள் தொகுத்துக் கூறுவார்.

அதுவரை மேடையில் பார்த்த பாலனை, கேட்ட பாலனை, தொகுப்புரையின் போது காண முடியாது.

"அவரா இவர்?" என்று மக்கள் வியப்பார்கள்.

கர்ஜனை...

கர்ஜனை...

சிம்ம கர்ஜனை!

பாலனின் கூட்டத்திலிருந்து திரும்புபவர்கள், பூரண அரசியல் ஞானத்தோடு திரும்புவார்கள்; தீமைகளை எதிர்த்துக் கொந்தளித்திருப்பார்கள்.

...

இந்திய-சீன எல்லைத் தகராறு ஏற்பட்டபோது, ஆக்கிரமிப்புக்கு எதிராகத் தமிழக மக்களைத் தட்டி எழுப்பினார் பாலன்.

அந்தக் கண்டனக் கூட்டங்களுக்கு ஆயிரம் ஆயிரமாக மக்கள் திரண்டார்கள்.

"ஒரு சோஷலிஸ்ட் நட்பு நாட்டின் மீது படையெடுக்காது! அவ்வாறு படையெடுக்கும் நாடு சோஷலிஸ்ட் நாடல்ல!" என்று கூறி, மார்க்சீய லெனினீய மேற்கோள்களைக் காட்டி, பாலன் நிகழ்த்திய உரைகளை கம்யூனிஸ்டல்லாதவர்களும் மெய்சிலிர்த்துக் கேட்டனர்.

காலம் பார்த்துக் காத்திருந்த கம்யூனிஸ எதிரிகள், கம்யூனிஸ்டு களை "தேசத் துரோகிகள்" என்று நிலைநாட்ட முயன்றபோது, அந்த முயற்சியின் முதுகெலும்பை முறிக்கும் வண்ணம், விவாதங்களை முன்வைத்து, மேடைகளில் வெற்றி கண்டார் பாலதண்டாயுதம்.

அப்போது, "கல்கண்டு" வார ஏட்டின் ஆசிரியராக இருந்தவர் தமிழ்வாணன் என்பார். அவர் தனது ஏட்டில் தனக்குப் பிடிக்காத விஷயங்களில் இரண்டு, "கொத்தவரங்காயும், கம்யூனிஸமும்" என்று எழுதியவர்.

அவர், பாலனின் சீன ஆக்கிரமிப்புக் கண்டனக் கூட்டங்களை நேரடியாகக் கேட்டு, தனது பத்திரிகையின் கேள்வி-பதில் பகுதியில் பாலனை வியந்து போற்றினார்.

அப்புறம் -

தமிழ்வாணனுக்குப் பிடிக்காத விஷயமாக "கொத்தவரங்காய் மட்டுமே" மிஞ்சியது!

"விஞ்ஞான யுகத்தில் மதத்தின் பங்கு!"

இது ஒரு கருத்தரங்கின் தலைப்பு; கருத்தரங்கை நடத்தியது 'சின்மயா மிஷின்.'

சென்னை தர்மப்பிரகாஷ் அரங்கில் நடந்த இந்தக் கருத்தரங்கத்துக்கு சுவாமி சின்மயானந்தாஜி தலைமை தாங்கினார்.

டாக்டர்கள், வழக்கறிஞர்கள், பொறியாளர்களென ஆயிரக் கணக்கில் பார்வையாளர்கள், அவர்களில் பெரும்பகுதியினர் பிராமணர்கள்; பட்டதாரிப் பெண்களும் மாணவர்களும் கணிசமாகத் திரண்டிருந்தனர்.

முதலில், அப்போது தி. மு. கழகத்தில் இருந்த வழக்கறிஞர் வி.பி. ராமன் பேசினார்.

அடுத்து, பாலன்.

ஆங்கிலத்தில் உரை நிகழ்த்தினார் பாலன். தாய்மொழியில் பேசுவதே போன்று நீரோட்டமான உரை, தமிழில் பேசுவதே போல இறுதியில் தொகுப்புரை...

அடுத்து, பாலன்.

ஆங்கிலத்தில் உரை நிகழ்த்தினார் பாலன். தாய்மொழியில் பேசுவதே போன்று நீரோட்டமான உரை, தமிழில் பேசுவதே போல இறுதியில் தொகுப்புரை...

உரையின் சாரம் இதுதான்:

"மதம், ஒரு கட்டத்தில் முற்போக்கான பாத்திரத்தையே வகித்தது. அப்போதைய மனிதன் அறிவு வளர்ச்சி பெறாதிருந் தான். அவனை நெறிப்படுத்த மதம் தேவைப்பட்டது. முட்டை யிலிருந்து குஞ்சு வெளியே வரும் வரை, கவசமாக அதனுடைய ஓடு இருந்தது. வெளிவந்த பிறகும் குஞ்சானது உடைந்து போன ஓட்டைச் சுமந்து கொண்டிருக்க முடியாது. அதைப் போலத்தான் மதமும், விஞ்ஞான யுகத்தில் மதம் தேவையற்றதாகி விட்டது."

பாலனின் உரையோடு அவையினர் கால காலங்களைக் கடந்து பயணம் செய்தனர். முக்கால் மணி நேரம் பேச்சு. அவையினர் அமைதியான ஆமோதிப்போடு கேட்டுக் கிறுகிறுத்தனர்.

மூட நாத்திகம் பேசவில்லை பாலன்; ஆஸ்திகத்தைச் சாடவில்லை; மதத்தின் பங்களிப்பை அங்கீகரித்தார்; விஞ்ஞான யுகத்தில் மதம் செயலிழந்தது என்றார்.

உரையை முடித்தார்; அங்கீகரித்து எழுந்த கரவொலி அடங்க பத்துப் பதினைந்து நிமிடங்கள் தேவைப்பட்டது.

தலைமையுரையில் பாலனுக்கு சின்மயானந்த ஸ்வாமிஜி எப்படி பதில் சொல்லப் போகிறார் என்பதை அறிய அவையினர் ஆவலோடு இருந்தனர்.

ஒலிபெருக்கியின் முன்னே அமர்ந்தார் சின்மயானந்தா. அவை வணக்கம் சொன்னார். மார்பை அழுத்திப் பிடித்தார்.

அவரது டாக்டர்கள் ஓடி வந்தனர். மேடையின் உட்புறம் கைத்தாங்கலாக சின்மயானந்தாவை அழைத்துச் சென்றனர்.

சில நிமிடங்களில், ஒலிபெருக்கியின் முன்னே நின்றார் டாக்டர் ஒருவன்; "ஸ்வாமிஜியின் உடல்நிலை சரியில்லை. கூட்டம் இத்தோடு முடிகிறது" என்றார்.

கலைந்து சென்று கொண்டிருந்த மக்களில் இருவர் பேசிக் கொண்டனர்.

ஒருவர்: "பாலனின் பேச்சுக்குப் பதில் சொல்ல முடியாமல் சின்மயானந்தா ஸ்வாமி திணறியதால்தான் அவரால் பேச முடியவில்லை."

மற்றவர் : "அப்படிச் சொல்லாதீர்கள். பாலதண்டாயுதத்தின் அறிவார்ந்த உரையோடு கூட்டம் முடியட்டும் என்று ஸ்வாமி நினைத்திருக்கலாம்!"

கலைந்து சென்று கொண்டிருந்த இளைஞர்களில் பலர், நெடுஞ்சாலையில் பாலனைச் சூழ்ந்துகொண்டனர்; ஐயங்களைக் கேட்டனர்; ஆமோதித்தனர்; உரையாடல்கள் ஆங்கிலத்தில்தான்!

பூவிருந்தவல்லி நெடுஞ்சாலையில் சுமார் ஒரு மணி நேரம் உரையாடினார் பாலன்.

அடுத்த வாரத்து 'ஆனந்த விகடன்' ஏடு சின்மயா மிஷின் கருத்தரங்கு குறித்து நடந்தது நடந்தபடி தனது நேரடி வர்ணனையை வெளியிட்டது.

அனுபவங்கள்

அடிதடிகள்

அபிப்பிராயங்கள்

மூன்றாம் பாகம்

அவையறிதல்

இந்திய கம்யூனிஸ்ட் கட்சியில் என்னை இணைத்துக்கொண்ட நேரம். சென்னை சிந்தாதிரிப் பேட்டையில் பொதுக்கூட்டம். அகில இந்தியத் தலைவர் பூபேஷ் குப்தா சிறப்புப் பேச்சாளர். கீழே கேட்பாளர் முன் வரிசையில் நான். கூட்டத்தில் போலீஸ் அதிகாரி ஒருவர் ஏக ஜபர்தஸ்து செய்துகொண்டிருந்தார். அதன் காரணமாக பார்வையாளர் பகுதியில் தேவையற்ற பரபரப்பு, பாலதண்டாயுதம் பேச எழுந்தார். போலீஸாரை இரண்டில் ஒன்று பார்த்துவிடுபவர் போல கடுமையான தாக்குதல் தொடுத்தார். அந்தத் தாக்குதல் அதிகமாகப் போய்விட்டதாக எனக்கு நினைப்பு, நினைத்த விமர்சனத்தைச் சொன்னேன்.

“தோழரே! அரசு யந்திரத்தின் சார்பில் மக்கள் முன்பு காட்சியளிக்கிற பிரதிநிதி போலீஸ்காரர்கள் தான். அவர்களிடம் பந்தபாசம் காட்டினால்தான் மக்கள் நமது நேர்மையில் சந்தேகம் கொள்வார்கள். எனவே நமது பேச்சில் போலீஸ் மீதான தாக்குதல் எப்போதும் கடுமையாகவே இருக்க வேண்டும்” என்றார் பாலதண்டாயுதம்.

■■■

பாலதண்டாயுதத்தின் முதல் நினைவு நாள்.

“எங்கள் களம்பூரில் மிகச் சிறப்பாகக் கொண்டாடுகிறோம். சுற்றுவட்டாரத் தோழர்களின் பிரம்மாண்டமான ஊர்வலத்திற்கு ஏற்பாடு செய்துள்ளோம். சிறப்புப் பேச்சாளராக நீங்கள் கலந்து கொள்ள வேண்டும்!” என்று அப்போதைய வடாற்காடு மாவட்டத்தின் களம்பூர் தோழர்கள் அழைத்தார்கள்.

பாலன் பற்றிப் பேசுவதைப் பிறவிப் பயனாகக் கருதுகிற நான் சம்மதித்தேன்.

மாலை 6 மணிக்கு களம்பூர் போய்ச் சேர்ந்தேன். போளூர் போன்ற அண்டை ஊர்களின் தோழர்களும் செங்கொடிகளுடன் பெருமளவில் திரண்டிருந்தனர்.

ஊர்வலம் புறப்பட்டது. ஊர்வலம் ஒரு முனையைத் தொட்டதும் ஊர்வல கோஷம் மாறியது, “தூக்கிப் பிடித்தால் கொடியுண்டு. திருப்பிப் பிடித்தால் தடியுண்டு!”

“பாலன் நினைவுநாளில் இந்தக் கோஷம் தேவைதானா?” மாவட்டச் செயலாளர் ஆர். ராமசாமியிடம் கேட்டேன்.

"உங்களுக்கு இந்த ஊர் நிலைமை தெரியாது! இங்கே அண்ணாமலை அண்ணாமலை என்றொரு மக்கள் விரோதி இருக்கிறான். அவனை மிரட்டி எச்சரிக்கவே இந்த கோஷம்! அதற்காகத்தான் ஊர்வலம்!" என்றார் மாவட்டச் செயலாளர்.

"ஆனாலும் பாலன் பெயரால் இப்படி கோஷம் போடுவது சரியல்ல!" என்றேன் நான்.

மாவட்ட உதவிச் செயலாளர் என்.ஏ. பூங்காவனம், அ.க. யோகலிங்கம் போன்றோரும் மாவட்டச் செயலாளர் ராமசாமி சொன்னதையே அங்கீகரித்தவர்.

நான் வாயை மூடிக்கொண்டேன். "தூக்கிப் பிடித்தால் கொடியுண்டு! திருப்பிப் பிடித்தால் தடியுண்டு!" - உற்சாகமாக முழங்கப்பட்டது.

தெரு முனையில் ஏரிக்கரை. ஏரிக்குள்ளிருந்து சவுக்குக்கட்டை, மூங்கில் தடிகளுடன் நூற்றுக் கணக்கானோர் ஊர்வலத்திற்குள் புகுந்தனர்.

"மொடேர்! மொடேர்!"

கண்மண் தெரியாமல் கல் வீச்சு.

எனக்கும் ஏழெட்டு தர்ம அடி!

மாவட்டச் செயலாளர் ராமசாமி எங்கே என்று இருளில் துழாவினேன்.

ஒரு இடத்தில் சிறுநீர் கழிப்பவர் போல செந்துண்டை எடுத்துக் கக்கத்தில் வைத்துக்கொண்டு உட்கார்ந்திருந்த மாவட்டச் செயலாளர், கலவரம் எல்லாம் ஓய்ந்து, ஒருமணி நேரத்துக்கு அப்பால், நான் போய் அழைத்த பிறகே எழுந்து வந்தார்.

என். ஏ. பூங்காவனம்?

■■■

சிவப்புத் துண்டை தூர எறிந்துவிட்டு யார் வீட்டுத் திண்ணையிலோ விருந்தினர் போல உட்கார்ந்திருந்தார்.

கட்சிக் கூட்டமல்ல; கட்சிக்கு உறுதுணையான ஒரு பெரியவரின் எழுபதாம் ஆண்டு பிறந்தநாள் விழா.

நான் சிறப்புப் பேச்சாளர்.

"விழா நாயகர் பல்லாண்டு வாழ வேண்டும்! விழா நாயகர் பல்லாண்டு வாழ வேண்டும்!" என்று வாழ்த்திக் கொண்டிருந்த போது கூட்டத்தில் பலத்த சலசலப்பு. சலசலப்பு ஓய்கிற மாதிரி தெரியவில்லை.

பேச்சை நிறுத்திவிட்டு "என்ன காரணம்?" என்று கேட்டேன்.

"பின்ன என்னய்யா? பெரிய பேச்சாளர் என்று உம்மைக் கூட்டிக்கொண்டு வந்தால், வாழ்த்த வேண்டிய முதலியாரை நாயகர் நாயகர் என்று நூறு தடவை சொல்லுகின்றீரே" என்று அவர் கடுப்படித்தார்.

...

இதே... பாண்டிச் சேரியில் இன்னொரு சுவையான சம்பவம்.

ஐக்கிய முன்னணி அமைத்து யானைச் சின்னத்தில் கம்யூனிஸ்ட் கட்சி போட்டியிட்டது.

எப்போதும் கூட்டங்களுக்கு முன்னதாகப் போய்விடும் நான் அன்றும் போயிருந்தேன்.

ஒருவர் தனது மேல்துண்டை தரையில் விரித்தார். உடன் அழைத்து வந்த தனது பையனிடம் சொன்னார், "கவனமாகக் கேட்டுக்கொண்டிருந்து தலைவர் என்ன பேசினார் என்பதை காலையில் கவனமாகச் சொல்ல வேண்டும்!"

தலைவர் வந்தார். கூட்டம் தொடங்கியது. இன்னொரு பக்கத்தில் உருண்டு கிடந்த இன்னொருவர், சாவி கொடுத்த அலாரம் போல சரியாக ஐந்து நிமிஷத்துக்கு ஒரு தடவை ஞாபகமாக எழுந்து "தலைவர் சுப்பையா வாழ்க!" என்று கோஷம் போட்டுவிட்டு மீண்டும் உருண்டார்.

"என்ன இது?" என்று கேட்டேன்.

"விஷயம் தெரியாதா? தோழர் முழு போதையில் இருக்கிறார்!" என்றார் தலைமை தாங்கிக் கொண்டிருந்த தோழர்.

அவர் வாயிலிருந்து கெட்ட வாடை.

மறுநாள் கூட்டத்துக்கு வந்த தோழர் ஜெயகாந்தனிடம் இந்த சம்பவத்தை வியப்போடு சொன்னேன்.

"நீயும் அவ்வாறே கூட்டத்துக்குப் போ! வித்தியாசமே தெரியாது!" என்றார் ஜெயகாந்தன்.

...

கூட்டத்தை எந்த இடத்தில் நடத்தலாம். இன்னமும் நமது தோழர்கள் பலருக்கு பல ஊரில் தெரியாத பரம ரகசியம் இது.

குமரிமாவட்டம் குளச்சல் நகருக்கு காலையிலேயே போய்ச் சேர்ந்தேன். போய்ச் சேர்ந்ததிலிருந்து டிராவலர்ஸ் பங்களா எதிரில் இருந்த நமது தோழரின் அசைவ ஓட்டலில் சாப்பாடு. காசு கொடுத்துத்தான்.

'ஊருக்குப் புது ஆள் மாதிரி தெரிகிறானே?' ஓட்டல் உரிமையாளருக்கு வியப்பேதும் ஏற்படவில்லை.

மாவட்டச் செயலாளர் பரமேஸ்வரன் நாயரை எடுப்பான தோற்றமும் மஸ்லின் ரக மெல்லிய வெண் துணியில் கல்லி ஜிப்பாவும் 'டை' பூசிய முரட்டு மீசையுமாக, குளச்சல் நகரில் எவ்வளவு தொலைவில் பார்த்தாலும் அடையாளம் கண்டுகொள்ளலாம்.

பகல் பதினோரு மணியிலிருந்தே பரமேஸ்வரன் நாயரை நான் தேடிக்கொண்டிருந்தேன்.

பதினொன்று

பனிரண்டு

ஒன்று

இரண்டு

பரமேஸ்வரன் நாயர் கண்ணில் படவில்லை.

சென்னையிலிருந்து பேருந்தில் பயணம் செய்து வந்த களைப்பு. ஆசை வெட்கமறியாது.

டிராவலர்ஸ் பங்களாவுக்குள் நுழைந்து வாட்ச் மேனிடம் எனது பரிதாப நிலையைக் கூறினேன். "சார்! ரூம் ஏதும் இல்லை. பழைய ஓட்டை உடைசல் சாமான்களைப் போட்டு வைக்கும் இருண்ட அறை ஒன்று உள்ளது. வாடகை தர வேண்டாம். தங்கிக்கொள்கிறீர்களா?"

வாட்ச் மேன்! பெயர் தெரியாத வள்ளலே! நீ வாழ்க!

நல்ல தூக்கம். இரவு ஏழு மணிக்கு விழிப்பு, மிலிட்டரி ஓட்டலில் புகுந்து ஸ்ட்ராங் டீ குடித்தாகி விட்டது.

எதிரே, இரண்டு லாரிகளிலிருந்து விறகுக் கட்டைகள் மிலிட்டரி ஓட்டலுக்காக இறக்கப்பட்டுக் கொண்டிருந்தன.

"மொடேர்! மொடேர்!" தலையிலேயே விறகுக் கட்டைகள் விழுகின்ற உணர்வு.

அதோ! பரமேஸ்வரன் நாயர்!

பார்த்தவுடனேயே பட்டபாடுகளை நினைத்து திட்டித் தீர்த்தேன்.

நாயர், வெலவெலத்துப் போனார். "உங்களை தனியாக விடவில்லை தோழர். மிலிட்டரி ஓட்டல் பாய் நமது தோழர். அவர்தான் கூட்டத்துக்கு தலைமை தாங்கப் போகிறார். உங்களைப் பற்றி அடையாளங்களை அவரிடம் சொல்லி விட்டுத்தானே நான் போனேன்!" என்றார் நாயர்.

கூட்டம் ஆரம்பமாகிவிட்டது. லாரிகளிலிருந்து விறகுக் கட்டைகள் இறக்கும் பணியோ ஓயவில்லை.

"தோழரே! இந்த லாரிகளை சற்றே தள்ளி நிறுத்தி கட்டைகளை இறக்கக்கூடாதா?" மிலிட்டரி பாயிடம் கேட்டேன்.

"கண்ணெதிரே காரியம் நடந்தால்தானே தவறு நடக்காது?" என்றார் தலைவர். "நியாயம்! நியாயம்!" என்று அங்கீகரித்துவிட்டு "அன்பார்ந்த விறகுக்கட்டைகளே!" என்று பேச்சைத் தொடங்கவில்லை நான்.

காரணம், எனக்கிருந்தது ஒரே ஒரு மண்டை. இதே நிலையை இப்போதும் பல ஊர்களில் பார்க்கத்தானே செய்கிறேன்?

நெடுஞ்சாலையில், திருவிழாக் கோலாகலங்களின் நடுவிலேயே பொதுக்கூட்டங்களை நடத்துகிற தைரியம் வேறு யாருக்கு வரும்?

...

பேச்சாளர் நாடகமேடை அனுபவம் உள்ளவராக இருந்தால் சொற்பொழிவில் சுவை மிளிரும். அறிஞர் அண்ணா காலமானபின் திடீரென்று மேடையில் அழுதே காட்டுவேன், தி. மு. கழகத்தை விமர்சிக்கும்போது.

தோள்துண்டை எடுத்து முகத்தை மூடிக்கொண்டு, "எங்களை யெல்லாம் ஆளாக்கி 'இப்படி' 'இப்படி'யெல்லாம் ஆளவிட்ட பேரறிஞர் அண்ணா அதோ வங்கக் கடலோரம் சந்தனப் பேழையில் உறங்குகிறாரே!" என்று சொல்லி அழுதேன் என்றால் கூட்டத்தில் எழும் சிரிப்பு அலை ஓய ஐந்து நிமிடங்களுக்கு மேலாகும்.

...

இப்படி நடிப்பதில் என்னிலும் சிறந்தவர் கேரளத்தின் கணியாபுரம் ராமச்சந்திரன். கோவை, பாலக்காடு, தேவி குளம் பீர்மேடு கணியாபுரம் ராமச்சந்திரனுக்கு தனித்த ரசிகர் கூட்டம் உண்டு.

மலையாளத்திலும் ஆங்கிலத்திலும் பேசிக்கொண்டேயிருப்பார். திடீரென்று சுத்தமான தமிழில் கலைஞர் கருணாநிதியின் 'பராசக்தி' கோர்ட் சீனை நடிக்க ஆரம்பிப்பார்.

"குற்றவாளி யாரும் இல்லை! அதுவும் என் வழக்குதான்! என் தங்கையின் வழக்கு! என் தங்கையின் மானத்தை அழிக்க எண்ணியவர்களுக்கு புத்தி புகட்ட அண்ணன் ஓடுவதில் என்ன தவறு? கல்யாணி தற்கொலை செய்துகொள்ள முயன்றது ஒரு குற்றம்! குழந்தையைக் கொன்றது ஒரு குற்றம்! நான் பூசாரியைத் தாக்கியது குற்றம்! இத்தனை குற்றங்களுக்கும் யார் காரணம்? வெளிநாட்டிலிருந்து திரும்பிய தமிழனுக்கு வாழ வழியில்லை. தமிழ்நாட்டில் பிறந்த பெண்ணுக்கு தக்க பாதுகாப்பில்லை! ஆனால், என் தங்கை கொஞ்சம் விட்டுக்கொடுத்தால் கோடீஸ்வரன் வீட்டுப் பள்ளியறையிலே ஒரு நாள்! மானத்தை விலை கூறியிருந்தால் மாளிகை வாசியின் மடியிலே ஒரு நாள்! இப்படி ஓட்டியிருக்கலாம் நாட்களை! இதைத்தானா இந்த நீதிமன்றம் விரும்புகிறது? பகட்டு என் தங்கையை மிரட்டியது! பயந்து ஓடினாள்! பணமோ என் தங்கையை பயமுறுத்தியது. ஓடினாள், ஓடினாள், வாழ்க்கையின் ஓரத்துக்கே ஓடினாள்! அந்த ஓட்டத்தை தடுத்திருக்க வேண்டும். இன்று சட்டத்தை நீட்டுவோர், வாட்டத்தை போக்கியிருக்க வேண்டும்! வாழ விட்டார்களா?"

பொருத்தமான இடத்தில், கலைஞரின் இந்த வசனத்தை, தட்டுத்தடங்கல் இன்றிப் பேசுவார் கணியாபுரம்.

கரவொலி ஓய பல நிமிஷங்கள் ஆகும்! அதே போல, ஆட்சியாளரின் அடாவடி தர்பாரை எதிர்க்க நேரம் பார்த்து, கலைஞரின் 'மனோகரா' தர்பார் காட்சியை நடித்துக் காட்டுவார் கணியாபுரம் ராமச்சந்திரன். "ஒன்ஸ் மோர்" துண்டுச் சீட்டுகள் வரும்!

■■■

கூட்டம் சேரவில்லையா? கூட்டமே சேரமுடியாத இடத்தில் பொதுக்கூட்டமா?

கூட்டத்தை சேர்த்துக்கொள்ளும் வழியை நானே, என் குருநாதன் பாலன் வழியில் கற்றுக்கொள்ளத் தொடங்கினேன். பாழடைந்த பார்க் மாதிரியான ஓரிடத்தில் பொதுக்கூட்டம்.

நகரம் - ஈரோடு.

முன் வரிசையில் இரண்டு மூன்று தோழர்கள். இடத்தை சுற்று முற்றும் பார்த்துக்கொண்டேன். முயன்றால் பெருங்கூட்டம் கூடக்கூடிய இடம்தான்.

இரண்டு மூன்று பேரோடு கூட்டம் தொடங்கியது.

நாள் - பகத்சிங் நினைவு நாள்.

நான் பேசத் தொடங்கினேன்.

"டேய் யார்றா இங்கே இன்ஸ்பெக்டர்?" பெருங்குரலில் எனது அவை வணக்கம் இதுதான்.

"இந்த இடத்தில் பொதுக்கூட்டம் என்று எங்கள் தோழர்கள் லைசன்ஸை ஒரு வாரத்துக்கு முன்பே வாங்கினார்களா இல்லையா? ஒரு வாரத்துக்கு முன்பே லைசன்ஸ் கொடுத்த போலீஸ்காரர்கள் எங்கே? மாமூல் தண்டலில் இறங்கிவிட்டார்களா? பாதுகாப்புக்கு ஏன் வரவில்லை? லாரியும் வாகனங்களும் கூட்டத்திற்குள் புகுந்து போய்க் கொண்டிருக்கிறதே? கூட்டத்தில் திரண்டுள்ள எங்கள் மக்கள் உயிருக்கு என்ன பாதுகாப்பு? யாராவது ஒரு தோழனின் காலில் போக்குவரத்தால் ஒரே ஒரு சிறாய்ப்பு ஏற்பட்டாலும் ஒரு லாரியோ, பஸ்சோ மோதி, ஒரு சிறாய்ப்பு ஏற்பட்டாலும் ஒரு லாரியோ, பஸ்சோ இந்த வட்டாரத்திலேயே ஓடாது! என்ன ஆகும்? லாரியும் பஸ்சும் கொளுத்தப்படும்! யார் கொளுத்துவார்கள் என்று கேட்கிறாயா போலீஸ்காரா? நானே பேச்சை நிறுத்திவிட்டு தெருவில் இறங்கிக் கொளுத்துவேன்!" உரத்துக் கூவினேன்.

என்ன ஆச்சரியம்? எங்கிருந்தார்களோ என்ன செய்துகொண்டிருந்தார்களோ, முப்பதுக்கு மேற்பட்ட போலீஸாரும் அதிகாரிகளும் ஸ்பாட்டில் ஆஜரானார்கள். போக்குவரத்தை திருப்பிவிட்டார்கள். இதற்கிடையில் ஆங்காங்கே நின்றுகொண்டிருந்த நமது தோழர்கள் நடுரோட்டில் வந்து அமர்ந்தார்கள். ஆயிரக்கணக்கான பொது மக்களும், திரண்டார்கள். யாரோ பஸ்சைக் கொளுத்துகிறவன் எங்கிருந்தோ வந்திருக்கிறானே... பார்ப்போமே என்ற ஆவல் பொது மக்களுக்கு!

எப்படியோ, இந்தத் தந்திரம் தஞ்சை மாவட்டம் திருப்பனந்தாள், சென்னை பீமண்ணபேட்டையில் வெற்றிபெற்றது. இந்தத் தந்திரம் வெற்றி பெற 'அவை அறியும் ஞானம்' மிக மிக அவசியமாகும்!

தமிழகத்தில் நக்ஸலைட் சீராளன் படுகொலை, கேரளத்தில் ராஜன் கொலை நேரம்.

அப்போது, நான், மனித உரிமை இயக்கப் பொதுக்கூட்டங்களில் பேசிக்கொண்டிருந்தேன். ஒரே நிபந்தனை. "இந்திய கம்யூனிஸ்ட் கட்சியைத் தாக்கிப் பேசினால், நானும் பதிலடி கொடுப்பேன்" என்பதே அந்த நிபந்தனை.

திருப்பத்தூர் வக்கீல் பி. பி. பக்தவத்சலம், கே. சுப்புபாலன், மைத்துனர் நாகேஷ் ஆகியோர் எனது நிபந்தனையை ஒப்புக் கொண்டார்கள்.

அரக்கோணம், வ. ஆ., திருப்பத்தூர் ஆகிய ஊர்களில் எனது நிபந்தனை மீறப்படவில்லை. கோவை 100 அடிச் சாலையில் மிகப் பிரம்மாண்டமான பொதுக்கூட்டம்.

என்னிடம் ஒரு பழக்கம். கட்சியோடு வளர்ந்தவனாகையால், எந்த மாவட்டத்துக்குப் போனாலும் கட்சிக்கு உடன்பாடில்லை யென்றால் போகமாட்டேன்.

கோவை மாவட்டக் குழுவுக்கு எழுதினேன். "வருக! நேரடியாக மாவட்டக்குழு அலுவலகம் வந்துவிடவும்" என்று மாவட்டச் செயலாளர் தோழர் பி. கே. ராமசாமி எழுதினார். போனேன்.

"கூட்டத்தில் இரவு 8.30 மணிக்குமேல்தான் பேசவேண்டும்" என்றார்கள் தோழர்கள். பொதுக்கூட்ட திடலின் ஒரு மூலையில் பி. கே. ராமசாமி, எஸ். கண்ணன், எல்.ஜி. கீதானந்தம் மற்றும் பல தோழர்கள் அமர்ந்திருந்தார்கள். "திடலின் பல பகுதிகளில் நமது தோழர்கள் ஆயிரக்கணக்கில் அமர்ந்திருப்பார்கள். அவர்களில் பலரது முகங்கள் உனக்குத் தெரிந்தவைதான். கூட்டத்தில் உனக்கு முன்னே பேசுகிற யாரேனும் இந்திய கம்யூனிஸ்ட் கட்சி மீது தாக்குதல் தொடுத்தால் பயப்படாமல் பதிலடி கொடு!" என்றார் பி. கே. ராமசாமி.

பாலன் மைத்துனர் நாகேஷ் முதலில் பேசினார். ஆத்திரமூட்டல் ஆரம்பமாகியது. "நான் காங்கிரஸ் கட்சியிலிருந்தேன். காங்கிரஸ் சோஷலிஸ்ட் கட்சியிலிருந்தேன். கம்யூனிஸ்ட் கட்சியிலிருந்தேன். மார்க்சிஸ்ட் கம்யூனிஸ்ட் கட்சியிலிருந்தேன். எல்லோருமே துரோகிகள். திரிபு வாதிகள். அதனால்தான் அவற்றிலிருந்து விலகிவிட்டேன்!" என்றார் நாகேஷ். "கேரளத்தில் மாணவர் ராஜன் படுகொலைக்குக் காரணமானவர் வலது அச்சுதமேனன்!" என்றார் பி.வி. பக்தவச்சலம். நிபந்தனை மீறப்பட்டுவிட்டது! நான் தொடங்கினேன். "பாலன் மைத்துனர் நாகேஷ் காங்கிரஸ் கட்சியிலிருந்தாராம், காங்கிரஸ் சோஷலிஸ்ட் கட்சியிலிருந்தாராம், கம்யூனிஸ்ட் கட்சியிலிருந்தாராம், மார்க்சிஸ்ட் கட்சியிலிருந்தாராம். எல்லோருமே துரோகிகளாம்.

சரி, இந்த நாகேஷ் இப்போது எந்தக் கட்சியிலிருக்கிறார்! கமான் நாகேஷ்! இப்போது எந்தக் கட்சியில் இருக்கிறீர்கள்? அதைச் சொன்னால் உங்கள் வீரத்தைப் பாராட்டியிருப்பேன்! இப்போதாவது சொல்லுங்கள்! இருக்கிற இடத்தைப் பகிரங்கமாகச் சொல்ல முடியாத நீங்கள் அரசியல் வீரம் பேசுவது யாரை ஏமாற்ற?" என்று நாகேஷை நேரடியாகக் கேட்டேன். தலை கவிழ்ந்தார்! "வக்கீல் பக்தவத்சலமே என்ன சொல்லி என்னைக் கூப்பிட்டீர்கள்? சீராளன் படுகொலையைக் கண்டித்துப் பேசத்தானே? இப்போது புதிய கேள்வியைக் கேட்டீர்களே இதுதான் உங்கள் அரசியல் நாணயமா?" என்று வினா தொடுத்தேன். முன் வரிசையில் பலத்த கரவொலி! கைதட்டியவர்களை எனக்கு அடையாளம் காட்டியது.

பேசிவிட்டுக் கீழிறங்கினேன். ஏழெட்டு நக்ஸலைட் இளைஞர்கள் என்னைச் சூழ்ந்துகொண்டார்கள்.

"அச்சுத மேனனின் வலதான்ஆட்சியிலே கொல்லப்பட்ட ராஜன் பற்றி நீங்கள் எதுவும் பேசவில்லையே?" ஒருவன் கேட்டான்.

"இதப்பார் புலவர் கலியபெருமாள், சீராளன் பற்றிப் பேசத்தான் இன்றைய கூட்டம் நடத்தப்பட்டது!" என்றேன் நான்.

"சரி! இப்போ சொல்லிட்டுத்தான் நீங்கள் அப்பாலே போக வேண்டும்!"

"சொல்லலேன்னா?" நான் கேட்டேன்.

"ஞங்கள் நிங்க்களை விடமாட்டோம்!" என்றான் ஒருவன்.

"விடாமல்?"

"சொல்ல வைப்போம்!"

"ஞங்கள் ரத்தம் கொதிக்குது!"

"இதோ பார்! எங்களையெல்லாம் வெறும் மேடைப் பேச்சாளர்கள் என்றும் மட்டும் நினைக்காதீங்க!" என்றேன் நான்.

"எந்து செய்யும்?""எந்தும் செய்யும்!"

"செய்யடா நாயிண்ட மவனே!" என்றான் அந்தப் புரட்சிக்காரன்.

கண்மூடி கண் திறப்பதற்குள் என் கை இடுப்பில் இறங்கி, எப்போதும் நான் அணியும் சிங்கப்பூர் பெல்ட்டைக் கழற்றியது.

அடுத்த விநாடி எனது சிங்கப்பூர் பெல்ட் சுழன்று நாலைந்து பேரின் முகத்தைக் கிழித்து ரத்தத்தைச் சிந்த வைத்தது.

அதற்குள் நமது தோழர்கள் என்னைப் பாதுகாக்கச் சூழ்ந்தார்கள்.

சூழ்ந்தவர்களும் தர்ம அடிதானம் செய்தார்கள்.

புரட்சிக்காரர்களில் பலர் துண்டைக் காணோம். துணியைக் காணோம் என்று ஓடியதைக் கண்டேன்.

இதைச் செய்வதற்கும் 'அவையோர் பற்றி அறிந்துகொள்ளும் ஞானம்' எனக்குப் பயன்பட்டது.

■ ■ ■

1973-ஆம் மே 31.

பவானி பொதுக்கூட்டத்துக்காகப் போயிருந்த நானும் தோழர் பி.என். பாலுவும் காவிரியாற்றுக்குப் போயிருந்தோம்.

குளித்துக்கொண்டிருந்த போது அப்பு என்னும் தோழர் எங்களைத் தேடி வந்தார். அழுது அழுது அவரது முகம் ரத்தமாகச் சிவந்து கிடந்தது. எங்களைப் பார்த்ததும் சொல்ல வந்ததைச் சொல்ல முடியாமல் தேம்பித் தேம்பி அழுதார். ஒரு ஒருவழியாகத் தேற்றி தெரிந்து நாங்கள் கொண்ட செய்தி; "விமான விபத்தில் பாலதண்டாயுதம் செத்துப் போனார்.

பி. என். பாலு விக்கித்துப் போனார், மேற்கொண்டு என்ன ஏது என்று தெரிந்துகொள்ள முயலாமல் நான் அமைதியானேன்.

முதல் நாள் மாலை சென்னை விமானத்தில் வழியனுப்பிவிட்டு வந்தவன் நான்.

தோழர் எஸ். பி. ராமுவின் மோட்டார் பைக்கில் நான் கோவை புறப்பட்டேன்.

வேகம் வேகம். நெஞ்சைப் பதறவைக்கும் வேகம்.

பாலதண்டாயுதம், மோகன் குமாரமங்கலம் படங்களோடு சிதம்பரம் பூங்கா நோக்கி இரங்கல் ஊர்வலம் புறப்பட்டது.

பாலன், மோகனின் சிறப்பியல்புகள் பற்றி சர்வ கட்சியினர் கூறி அஞ்சலி செலுத்தினர்.

இறுதியில் இந்திய கம்யூனிஸ்ட் சார்பில் ஒருவர் பேசவேண்டும். மாவட்டச் செயலாளர் பி.கே. ராமசாமி என்னைப் பிடித்து மேடையில் நிற்க வைத்தார்.

முப்பத்திரண்டு ஆண்டுகள், தமிழகம் எங்கும் பொதுக்கூட்டத்திலெங்கும் பேசிய நான், அன்று மேடையில் பேச முடியாமல் நின்றேன்.

பேச்சு வரவேயில்லை.

அழுகை மட்டும் வந்தது.

பொதுக்கூட்ட மேடையில் முதன் முதலில் நான் தோற்றுத் துவண்டேன்.

'அவையறிதல் ஞானத்தில் தேர்ந்த' நான் எனது வாழ்வில் முதல் முதலில் தோற்றுத் துவண்டேன்.